സൂര്യനെല്ലിയിലെ അമ്മമാർ

sooryanelliyile ammamar
poems
•
poiykayil joseph
•
first edition
november 2020
•
typesetting
star communications, thiruvananthapuram
•
published
chintha publishers, thiruvananthapuram
•
printed
time offset printers, thiruvananthapuram
•
cover
ratheesh vincent
•
illustration
vijayan neyyatinkara

Distribution
DESHABHIMANI BOOK HOUSE
H O Thiruvananthapuram 695035
phone: 0471-2303026, 6063026
Email: chinthapublishers@gmail.com
Website: www.chinthapublishers.com

Branch
Head Office Kunnukuzhi • Statue Thiruvananthapuram • KSRTC Bus Station Alappuzha • KSRTC Bus Station Ernakulam • Machingal Lane Thrissur • IG Road Kozhikode • Mavoor Road Kozhikode • NGO Union Building Kannur • Central Bus Terminal Complex Thavakkara Kannur

---

CO - 2947 / 5354
ISBN - 978-93-90301-09-6

സൂര്യനെല്ലിയിലെ അമ്മമാർ
(കവിതകൾ)

പൊയ്കയിൽ ജോസഫ്

ചിന്ത പബ്ലിഷേഴ്സ്
തിരുവനന്തപുരം-695 035

പൊയ്കയിൽ ജോസഫ്

ചെങ്ങന്നൂർ താലൂക്കിൽ വെണ്മണി പൊയ്കയിൽ വീട്ടിൽ പി പി ദാനിയേലിന്റെയും ഏലിയാമ്മയുടെയും മകനായി 1951 ൽ ജനിച്ചു. വെണ്മണി ശാലോം പ്രൈമറി സ്കൂൾ, കോടു കുളഞ്ഞി ഹൈസ്കൂൾ, തിരുവല്ല മാർത്തോമ കോളേജ്, IGNOU എന്നിവിടങ്ങളിൽ വിദ്യാഭ്യാസം.

സംസ്ഥാന സർക്കാരിന്റെ വ്യവസായ വകുപ്പിൽ സേവന മനുഷ്ഠിച്ചു.

കേരള എൻ ജി ഒ യൂണിയൻ, കേരള ഗസറ്റഡ് ഓഫീസേഴ്സ് അസോസിയേഷൻ എന്നീ സംഘടനകളുടെ ജില്ലാ ഭാരവാഹിയും മികച്ച സഹകാരിയും ആയിരുന്നു. തിരുവനന്തപുരം ഈസ്റ്റ് റസിഡൻസ് വെൽഫെയർ സഹകരണ സംഘം പ്രസിഡന്റ് ആണ്.

ഇപ്പോൾ കേരള ശാസ്ത്ര സാങ്കേതിക മ്യൂസിയത്തിൽ ഹാം റേഡിയോ ഡെമോൺസ്ട്രേറ്റർ ആയി പ്രവർത്തിക്കുന്നു.

പുരോഗമനകലാസാഹിത്യസംഘം ജില്ലാ കമ്മിറ്റി അംഗമാണ്. സീനിയർ സിറ്റിസൺ ഫ്രണ്ട്സ് വെൽഫെയർ അസോസിയേഷൻ ജില്ലാ കമ്മിറ്റിയംഗമാണ്.

സൂര്യനെല്ലിയിലെ അമ്മമാർ പ്രഥമ കവിതാ സമാഹാരം.

ഭാര്യ	:	ശോശാമ്മ
മകൾ	:	ഏയ്ഞ്ചല (ബാംഗ്ലൂരിൽ എൻജിനീയർ)
മരുമകൻ	:	നടരാജ് ബാബു
വിലാസം	:	FORA E 103, TC 14 /1557(2), വഴുതക്കാട് തിരുവനന്തപുരം 695014.
ഫോൺ	:	9400328601
ഇ മെയിൽ	:	poikayiljoseph@gmail.com

ഉള്ളടക്കം

പ്രസാധകക്കുറിപ്പ്

കവിതയെ സംബന്ധിച്ചുള്ള കീഴ്‌വഴക്കങ്ങളെ അപ്രസക്തമാക്കുന്ന കവിതകളാണ് സമകാലിക മലയാള കവിതയുടേത്. ഏതു രൂപവും ഏതു ഭാവവും ഏതു വിഷയവും കവിതയിൽ അവതരിപ്പിക്കപ്പെടാം. അവയുടെ കാമ്പും കരുത്തും എത്രത്തോളമുണ്ട് എന്നതിലുപരി അവ എങ്ങനെ സ്വീകരിക്കപ്പെടുന്നു എന്നതാണ് പ്രധാനം. പുതു കവിതയുടെ ലാവണ്യശാസ്ത്രത്തെ അടയാളപ്പെടുത്തുന്ന കവിതകളാണ് കവി ജോസഫിന്റേത്. വായനക്കാർക്കായി ഈ ഗ്രന്ഥം സമർപ്പിക്കുന്നു.

ചിന്ത പബ്ലിഷേഴ്സ്

അവതാരിക

വെന്തമണ്ണിന്റെ വീറും ഹൃദയരക്തത്തിന്റെ ചൂരുമുള്ള കവിത

പിരപ്പൻകോട് മുരളി

കവിത കവിയുടെ തോന്ന്യാക്ഷരങ്ങളാണ്. സഞ്ചിത സംസ്കാരത്തിന്റെയും വ്യക്തി സവിശേഷതകളുടെയും വികാരവിചാരങ്ങൾ ഊറിക്കൂടിയ ആശയങ്ങൾ താളാത്മകമായി പ്രതീകങ്ങളിലൂടെ അക്ഷരങ്ങളിൽ പൂത്തുലയുമ്പോൾ അത് കവിതയാകും. സർഗ്ഗാത്മക മനസ്സുള്ള ഏതു കൗമാരക്കാരനും കവിത എഴുതിപ്പോകും. തുടക്കത്തിൽ എന്തെങ്കിലും കേവലചാപല്യമോ ആവേശമോ കൊണ്ടാവാം. ആദ്യാനുരാഗമോ, പ്രണയഭംഗമോ, വീരാരാധനയോ, ദേവസ്തുതിയോ എന്തെങ്കിലുമൊക്കെ കാരണങ്ങൾ അതിനു പിന്നിലുണ്ടാകാം. പക്ഷേ, അവിടെ ഉറച്ചുനിന്ന് അവിടുന്നങ്ങോട്ട് ജീവിതത്തിലുടനീളം കവിതയെ ഉപാസിക്കുന്നവനാണ് കവി.

കവിത വെറും തോന്ന്യാക്ഷരങ്ങളല്ല. അക്ഷരങ്ങളെ തോന്നിപ്പിക്കുന്നതിന് വ്യക്തിപരമായ ചില അവസ്ഥാവിശേഷങ്ങൾ കൂടി ഉണ്ടാകും. കൗമാരത്തിലെ കേവലമായ കൗതുക വികാരങ്ങളിൽ നിന്ന് ഗഹനമായ, ഗൗരവപൂർണ്ണമായ ജീവിത സത്യങ്ങൾ തേടിയുള്ള സർഗ്ഗയാത്രയിൽ തനിക്ക് തൃപ്തികരമായ ഒരവസ്ഥയിൽ എത്തിയാൽ മാത്രമേ രചനയിൽ ഏർപ്പെടൂ എന്നു വാശിയുള്ള കവികളുണ്ട്. അക്കൂട്ടത്തിൽപ്പെട്ട ഒരാളായിരുന്നു നമ്മുടെ കുമാരനാശാൻ. കുട്ടിക്കാലത്തേ കവിതാവാസന ഉണ്ടായിരുന്ന ആശാൻ ജീവിതത്തിൽ വികാരങ്ങളുടെ തളിരും താരും അണിയുംമുമ്പേ ലോകവിരാഗിയായ ഒരു യതിവര്യന്റെ–ശ്രീനാരായണ ഗുരുവിന്റെ - വത്സല ശിഷ്യനും പിൻഗാമിയുമായി. അവർ പെരിയസ്വാമിയും ചിന്നസ്വാമിയും ആയി. ഭാഗ്യവശാൽ ശ്രീനാരായണ ഗുരു ഒരു കവി കൂടിയായിരുന്നു. അതുകൊണ്ട് 'കുമാര'ന്റെ കവിതാവാസനയെ പ്രോത്സാഹിപ്പിച്ചു. സ്തോത്ര കവിതകൾ രചിച്ചു തന്റെ സർഗ്ഗാ

ത്മക കാമനയെ തൃപ്തിപ്പെടുത്തുകയെ അന്നു ചിന്നസ്വാമിക്ക് കഴിയുമായിരുന്നുള്ളു. ചുരുക്കത്തിൽ സർഗ്ഗസിദ്ധിയുടെ വികാരവായ്പുള്ള ഒരു നല്ല കാലം മുഴുവൻ ചിന്നസ്വാമിയായി നടക്കേണ്ടി വന്ന കുമാരൻ അടക്കിയിട്ടും അടങ്ങാത്ത തന്റെ 'ലോകാനുരാഗിത്വം' ചങ്ങല പൊട്ടിച്ചു പുറത്തു വന്നതോടെയാണ് മലയാള കാല്പനിക കവിതയുടെ ചുവന്ന പനിനീർ മൊട്ടായ *വീണപൂവ്* മലയാളിക്ക് ലഭിച്ചത്. അപ്പോഴേക്കും അദ്ദേഹം ജീവിത മദ്ധ്യാഹനത്തിൽ എത്തിക്കഴിഞ്ഞിരുന്നു. ചിന്തയിലും ഭാവനയിലും, ഭാഷയിലും പക്വതനേടിയ ആശാന്റെ യഥാർത്ഥ കവിജന്മം ആരംഭിക്കുന്നത് *വീണപൂവോ*ടുകൂടിയാണ്. തുടർന്നുള്ള അദ്ദേഹത്തിന്റെ കവിതകളിൽ കാണുന്ന സൗന്ദര്യവും പക്വതയും ഈ അനുഭവസമ്പത്തിൽ നിന്ന് നേടിയതാണ്.

എന്നാൽ കവിയല്ലാത്തൊരു ജീവിതം ഇല്ലായിരുന്ന കവിയായിരുന്നു ചങ്ങമ്പുഴ. പന്ത്രണ്ടാം വയസ്സുമുതൽ കവിത എഴുതി തുടങ്ങിയ ചങ്ങമ്പുഴ ജന്മനാ ഭാവനാശാലിയും വികാരലോലനുമായ ഒരു വ്യക്തിയായിരുന്നു. കുട്ടിക്കാലം മുതൽ അദ്ദേഹത്തെ സ്വാധീനിച്ചത് അദ്ദേഹമൊത്ത് സഹവസിച്ചിരുന്ന സ്ത്രീകളായിരുന്നു. ഏഴെട്ടുവയസ്സുവരെ അദ്ദേഹത്തിന് അച്ഛനും അമ്മയുമായിരുന്നത് സ്വന്തം പെറ്റമ്മയായിരുന്നു. ഏതാണ്ട് ബാല്യത്തിലേക്ക് കടന്നപ്പോൾ തന്റെ അയൽക്കാരിയും കളിക്കൂട്ടുകാരിയും തന്നെക്കാൾ പ്രായക്കൂടുതലുമുള്ള 'കൊച്ചമ്മു'വായിരുന്നു. ആ മുതിർന്ന പെൺകുട്ടി പകർന്നു കൊടുത്ത ജീവിതരഹസ്യങ്ങൾ വിസ്മയത്തോടെ ആവിഷകരിക്കുന്നതായിരുന്നു അദ്ദേഹത്തിന്റെ കൗമാര കൃതികൾ. തുടർന്നും തന്നെക്കാൾ മുതിർന്ന സ്ത്രീകളുമായുള്ള അടുത്ത ബന്ധവും സഹവാസവുമാണ് അദ്ദേഹത്തിന്റെ കവിതയേയും വ്യക്തിത്വത്തെയും സ്വാധീനിച്ചത്. എന്നാൽ ലോകത്ത് സംഭവിച്ചുകൊണ്ടിരിക്കുന്ന സാമൂഹ്യമാറ്റങ്ങളെയും നിസ്വവർഗ്ഗ ജീവിതത്തെയും ഉൾക്കൊള്ളാനുള്ള ലോകവീക്ഷണവും, വിശ്വസാഹിത്യവുമായുള്ള നിരന്തര ബന്ധവും അദ്ദേഹത്തെ വൈകാരിക ജീവിതത്തിന്റെ സങ്കുചിത വൃത്തത്തിൽ നിന്ന് സമൂഹത്തിന്റെ പ്രിയപ്പെട്ടവനാക്കി മാറ്റാൻ സഹായിച്ചു. ഇത് അക്കാലത്തെ 'സെക്ടേറിയൻ വിപ്ലവചിന്തകർക്ക്' കാണാൻ കഴിഞ്ഞിരുന്നില്ല എന്നത് മറ്റൊരു സത്യം. ഞാനീ കവികളുടെ ജീവിതം ഇവിടെ ഉദ്ധരിച്ചത് ഒരു കവിതയുടെ തോന്ന്യാക്ഷരങ്ങളെ സ്വാധീനിക്കുന്ന പശ്ചാത്തലം വ്യക്തമാക്കാനാണ്.

ഇവിടെ ജോസഫിന്റെ *സൂര്യനെല്ലിയിലെ അമ്മമാർ* എന്ന കാവ്യസമാഹാരത്തിന് അവതാരിക എഴുതാൻ തുടങ്ങുമ്പോൾ എന്റെ മനസ്സിൽ കടന്നുവന്ന ചിന്തകളാണ് ആമുഖമായി ഞാൻ കുറിച്ചത്. ജീവിതത്തിന്റെ മദ്ധ്യാഹനത്തിൽ എത്തിയ കവിയാണ് ജോസഫ്. അദ്ദേഹം ചെറുപ്പകാലത്ത് എന്തെങ്കിലും പ്രണയകവിതകൾ എഴുതിയിട്ടുണ്ടോ എന്ന് എനിക്കറിയില്ല. കവിയായി മുദ്രപതിപ്പിക്കാൻ ആനുകാലികങ്ങളിൽ തുടർച്ച

യായി കവിത പ്രസിദ്ധീകരിക്കുന്നതും എന്റെ ശ്രദ്ധയിൽപ്പെട്ടിട്ടില്ല. എന്താ യാലും കവിയശഃ പ്രാർത്ഥനയോ ധനമോഹമോ കൊണ്ടാണ് ഈ കവി തകൾ ഇപ്പോൾ പ്രസിദ്ധീകരിക്കുന്നത് എന്നും തോന്നുന്നില്ല. അടിയു റച്ച ആദർശ വിശ്വാസവും ആഴത്തിലുള്ള ജീവിതാനുഭവങ്ങളും സംഘ ടിതപ്രസ്ഥാനങ്ങളിലെ പ്രവർത്തനങ്ങളിലെ ഭാഗഭാഗിത്വവുംകൊണ്ട് ഖനീ ഭവിച്ച ഒരു മനസ്സിൽ നിന്ന് നീരുറവപോലെ ഒഴുകി പരന്നവയാണ് ജോസ ഫിന്റെ കവിതകൾ.

ഇതിലെ കവിതകളിൽ ഓരോ കവിതയ്ക്കും ഒരു തനിമയുണ്ട് നൈസർഗ്ഗികതയുണ്ട്. ഇത് വായിക്കുമ്പോൾ മറ്റാരുടെയും കവിത നമ്മെ ഓർമ്മിപ്പിക്കുന്നില്ല. കവിതയിൽ ധാരാളം രൂപ ഭാവ പരിഷ്കരണങ്ങൾ നടക്കുന്ന കാലമാണിത്. പുതുമയ്ക്കു വേണ്ടിയുള്ള പുതുമയും കവിത യിൽ നിന്ന് സംഗീതം ചോർത്തിക്കളയാൻ നടത്തുന്ന യാന്ത്രിക പരി ഷ്കരണങ്ങളും ഒക്കെകൂടി കവിതയെ കേവലം ഉപന്യാസങ്ങളാക്കുന്ന ഈ കാലത്ത് തനിമയും കാവ്യ സൗന്ദര്യവും ഉള്ളുറഞ്ഞ താളാത്മകത യുമുള്ള കവിതകളാണ് ഈ സമാഹാരത്തിലെ ഓരോ കവിതയും എന്ന് ഉറപ്പിച്ചു പറയാൻ എനിക്ക് സന്തോഷമുണ്ട്.

ഇതിലെ ഓരോ കവിതയുടെയും ആശയങ്ങൾക്ക് അനുരൂപമാ യാണ് രൂപഭാവ പൊലിമയോടെ കാവ്യാവിഷ്കാരം നടത്തിയിട്ടുള്ളത്. ഓരോ കവിതയിലും അതിൽ കൈകാര്യം ചെയ്യുന്ന ആശയങ്ങൾക്ക് അനുരൂപമായ ഒരു ആന്തരതാളം തുടിച്ച് നില്ക്കുന്നുണ്ട്.

അതിസമർത്ഥമായി സുഡോക്കു പൂരിപ്പിക്കുന്ന അന്യന്റെ അസാ ധാരണ ബുദ്ധിവൈഭവത്തെ ആവിഷ്കരിക്കുന്ന 'സുഡോക്കു' എന്ന കവി തയോടെയാണ് സമാഹാരത്തിന്റെ തുടക്കം.

"ജ്ഞാനപീഠം
ചാരുകസേര
എഴുത്തുപലക
മഷിയുണങ്ങാത്ത പൊൻപേന
ആയിരം ജന്മനേട്ടങ്ങൾ
ഒറ്റവീർപ്പിൽ
എന്നിട്ടും എനിക്ക് അസൂയ
....
അവന്റെ ഒടുക്കത്തെ – ഒരു സുഡോക്കു.

ഞാൻ എന്തൊക്കെ നേടിയിട്ടും അന്യന് ഒരു ചെറിയ നേട്ടം ഉണ്ടാ കുന്നത് സമചിത്തതയോടെ നോക്കിക്കാണാനോ അഭിനന്ദിക്കാനോ കഴി യാത്ത 'ബുദ്ധിജീവി' പ്രകൃതത്തെ നർമ്മത്തിൽ പൊതിഞ്ഞ് വിമർശി ക്കുന്നതാണ് ഈ കവിത.

'ഓഖി' പശ്ചാത്തലത്തിൽ കടലിൽ പോകുന്ന മത്സ്യത്തൊഴിലാളികളെക്കുറിച്ച് എഴുതിയ 'അവർ കടലിൽ പോയത്' വർത്തമാനകാല ജീവിതത്തെക്കുറിച്ചുള്ള വിമർശനവും നല്ല നാളെയെക്കുറിച്ചുള്ള ശുഭാപ്തി വിശ്വാസവും വരച്ചു കാട്ടുന്ന 'പുലരിവരും' എന്നീ കവിതകൾ ശ്രദ്ധേയങ്ങളാണ്.

വീട്ടിൽ അതിഥികൾ വരാത്തത് ഭാര്യയുടെ കാബേജ് കറിയെ പേടിച്ചിട്ടാണെന്നും അതല്ല തന്റെ കവിത ചൊല്ലി കേൾപ്പിക്കുമെന്ന പേടി കൊണ്ടാണെന്നും തർക്കിക്കുന്ന ഭാര്യാഭർത്താക്കൻമാരെ ആവിഷ്കരിക്കുന്ന ആത്മനിന്ദാപരവും ആത്മവിമർശനാത്മകവുമായ 'കാബേജും കവിതയും' എടുത്തു പറയേണ്ട ഒരു കവിതയാണ്.

തോട്ടംതൊഴിലാളി സമരത്തിന്റെ പശ്ചാത്തലത്തിൽ എഴുതിയ *സൂര്യനെല്ലിയിലെ അമ്മമാർ* ഈ സമാഹാരത്തിലെ ഏറെ ശ്രദ്ധിക്കപ്പെടേണ്ട ഒരു കവിതയാണ്. നല്ല ശക്തിയും സൗന്ദര്യവുമുള്ള കവിത–

"സൂര്യനെല്ലിയിലെ
അമ്മമാർ ഇന്ന്
നാടിന്റെ പേരുദോഷം മാറ്റിയെഴുതുകയാണ്–

ആ സ്ഥലവുമായി ബന്ധപ്പെട്ട് നടന്ന അതിദാരുണമായ ഒരു പീഡനകഥയിലൂടെ ലോകശ്രദ്ധയിൽ പതിഞ്ഞ സ്ഥലമാണ് സൂര്യനെല്ലി. ഈ പശ്ചാത്തലമാണ് ഈ കവിതയുടെ പ്രസക്തിയെ ഏറെ ശ്രദ്ധേയമാക്കുന്നത്.

"നഖം വളരാത്ത വിരലുകളുമായി
മഴയോ മഞ്ഞോ നോക്കാതെ–
അവർ സമര മുഖത്താണ്,
അതെ അവർ ചരിത്രം മാറ്റിയെഴുതുകയാണ്."

പഴയ സൂര്യനെല്ലിയിൽനിന്നും തികച്ചും വ്യത്യസ്തമായ പുതിയ സൂര്യനെല്ലിയുടെ സമരമുഖം അവതരിപ്പിച്ചുകൊണ്ട് കവി പറയുന്നു.

"സോക്സിനുള്ളിലെ പാദങ്ങൾ അനുഭവിക്കുന്നില്ല
ഈ വിണ്ടുകീറലുകളിലെ പ്രാണവേദന–
അരിവാങ്ങാത്തവർ അളക്കുന്നില്ല
റേഷൻ കടകളിലെ ക്യൂവിന്റെ നീളം
വ്യോമസഞ്ചാരികൾ എങ്ങനെ കാണും
കൊളുന്തുകെട്ടിന്റെ കഴുതച്ചുമടുമായി
മലയിറങ്ങിവരുന്ന ഈ അമ്മമാരെ
അതെ, അവർ
തോൽക്കാനാവാത്ത സമരമുഖത്താണ്
പഴയ പീഡന ചരിത്രം

> മായ്ച്ചു കളയാൻ നോക്കുകയാണ്
> സൂര്യനെല്ലിയിലെ ഈ അമ്മമാർ."

അടിമകളെപ്പോലെ മുട്ടിലിഴഞ്ഞ മലയോരത്തെ തൊഴിലാളി – അവരുടെ പ്രിയപ്പെട്ടവരുടെ – വിശേഷിച്ച് പെൺമക്കളുടെ എല്ലാം നഷ്ടപ്പെട്ട അവസ്ഥ നോക്കിനില്ക്കേണ്ടി വന്നവർ. അവകാശങ്ങൾ നേടിയെടുക്കാൻ സമരമുഖത്ത് ദൃഢനിശ്ചയത്തോടെ മുന്നേറുകയും ചെയ്യുന്ന ധീരോജ്ജ്വലമായ ചിത്രമാണ് ഈ കവിതയിലൂടെ കവി വരച്ച് കാട്ടുന്നത്.

ജാതിയുടെയും മതത്തിന്റെയും സമൂഹത്തിന്മേലുള്ള ദുസ്വാധീനത്തെ ഹാസ്യാത്മകമായ വിമർശനത്തിലൂടെ അവതരിപ്പിക്കുന്ന ചുറുചുറുക്കുള്ള ഒരു കവിതയാണ് 'പേരില്ലാക്കാലം'.

> "പേരില്ലാക്കാലം വരുന്നുണ്ടേ ഒരു
> പേരിലെന്തിത്രയിരിക്കുന്നു."

എന്ന് പ്രസ്താവിച്ചുകൊണ്ട് പേരിന്റെ സ്ഥാനത്ത് നമ്പരുകൾ മതിയാവുമെന്ന് സമർത്ഥിക്കുന്നു. എന്നിട്ട് സാമൂഹ്യ യാഥാർത്ഥ്യത്തിലേക്ക് തിരിയുന്നു.

> "കുഞ്ഞായിരുന്നൊരു കാലത്തെന്നെ
> കുഞ്ഞുകുഞ്ഞെന്നു വിളിച്ചമ്മൂമ്മ
> പിച്ചവെയ്ക്കാനായ് തുടങ്ങിയപ്പോൾ
> കൊച്ചെന്ന് നാട്ടാർ വിളി തുടങ്ങി
> പിന്നെ ജാതിപ്പേർ കൂട്ടിയായി
> നാലാളുകൂടുന്ന നാട്ടിടത്തിൽ."
>
> ....
>
> "ജാതി പലതെന്നു വന്നതിനാൽ
> ജാതിസമുദായ സംഘം വന്നു
> പിള്ള പണിക്കർ കുറുപ്പ് നായർ
> എല്ലാമേ ഒന്നെന്ന വാദം വന്നു."

എന്നിട്ട് അത് ചെന്നെത്തിയതോ.

> "ജാതിതിരിച്ചും മതം തിരിച്ചും
> നാനാ ശ്മശാനങ്ങൾ വന്നു നാട്ടിൽ
> ചത്താലും തീരില്ലയെന്നുവന്നു
> ജാതിമതത്തിൻ പിശാചുബാധ."

മാനവമൈത്രിയേയും സാമൂഹ്യ ഭദ്രതയേയും തകർക്കുന്ന മതജാതിസംസ്കാരത്തിന്റെ ദുസ്വാധീനത്തിന്റെ അപകടകരമായ പ്രവണതകളെ നർമ്മത്തിൽപ്പൊതിഞ്ഞ് ഏറെ ശ്രദ്ധേയമായ വിധത്തിലാണ് കവി ഈ കവിതയ്ക്കും രൂപഭാവ ശില്പം ഒരുക്കിയിട്ടുള്ളത്.

ഗുരുശ്രേഷ്ഠനായ പ്രൊഫ. എൻ കൃഷ്ണപിള്ള സാറിന്റെ പ്രതിഭയെ പ്രകീർത്തിക്കുന്ന 'സംസ്കൃതിക്കൊപ്പം' എന്ന കവിത ഈ കവിതാസമാഹാരത്തിലെ മറ്റു പല കവിതകളിൽനിന്നും ഒറ്റപ്പെട്ട രചനാശില്പവും ഭാവഗരിമയുംകൊണ്ട് അനുഗൃഹീതമായ ഒന്നാണ്.

"ഭഗ്നമാം ഭവനത്തിൽ
തൂലിക ചലിച്ചപ്പോൾ
കന്യക, ബലാബലം-
ദർശനം നമുക്കേകി."

എന്ന് ആരംഭിക്കുന്ന ഈ കവിതയിൽ ഉടനീളം പ്രൊഫ.എൻ കൃഷ്ണപിള്ള സാറിന്റെ കൃതികളെയും സാഹിതീ സംസ്കാരത്തെയും ഔചിത്യപൂർണ്ണമായ വാങ്മയങ്ങളിലൂടെയാണ് ആവിഷ്കരിച്ചിട്ടുള്ളത്.

"കാളിദാസൻ മുതൽ
ഒ.എൻ.വി കവി വരെ
എത്രയോ പഠനങ്ങൾ
പ്രൊഫസർ നമുക്കേകി
സാഹിതിയുടെ നിത്യ-
ഭക്തനാം കൃഷ്ണപിള്ള
സംസ്കൃതിക്കൊപ്പം നില്ക്കും
കല്പാന്തകാലം വരെ."

ഇങ്ങനെ ഈ കവിത അവസാനിക്കുമ്പോൾ സദാ വത്സലഭാവംതൂകി സ്വശിഷ്യരിൽ അനുഗ്രഹം ചൊരിഞ്ഞുകൊണ്ടേയിരിക്കുന്ന ആ മഹാചാര്യന്റെ സാന്നിദ്ധ്യം നമുക്ക് അനുഭവപ്പെടുമാറ് ഇന്ദ്രിയ ഗോചരമായ ഒരു അനുഭവമാക്കി ഈ കവിതയെ നമുക്ക് മുന്നിൽ അവതരിപ്പിച്ചിരിക്കുന്നു.

ഇതിലെ ഓരോ കവിതയ്ക്കും ഓരോ സവിശേഷതയുണ്ട്. പക്ഷേ, എല്ലാ കവിതകളേയും പരിശോധിക്കാൻ ഈ അവതാരികയിൽ ഞാൻ ശ്രമിക്കുന്നില്ല.

എന്നാൽ രണ്ട് കവിതകൾ കൂടി എടുത്തു പറയാതിരിക്കാൻ നിവൃത്തിയില്ല. അതിലൊന്ന് സംഘപരിവാറുകാർ കൊലപ്പെടുത്തിയ പ്രശസ്ത പത്രപ്രവർത്തക ഗൗരിലങ്കേഷിനെക്കുറിച്ചുള്ള 'നരഭോജികളുടെ കാലം' എന്ന കവിതയാണ്.

"ഇത് നരഭോജികളുടെ കാലം
നരഭോജികളെ വരുവിൻ –"

എന്നിട്ട് കവി ചോദിക്കുന്നു.

"നരഭോജി റിക്രൂട്ടിങ് കേന്ദ്രങ്ങൾ കൂടിക്കൂടി വന്നു

നാട്ടുവെളിച്ചങ്ങൾ പോലും തല്ലിക്കെടുത്തപ്പെട്ടു
അപ്പോഴും ഒരു ചോദ്യം
എല്ലാറ്റിനും മീതെ ഉയർന്നു നിന്നു
തോക്കുകൾക്കാവുമോ
വാക്കിനെ കൊലചെയ്വാൻ."

ഗൗരിലങ്കേഷിന്റെ രക്തസാക്ഷിത്വവുമായി ബന്ധപ്പെട്ട് മലയാളത്തിൽ പ്രസിദ്ധീകരിക്കപ്പെട്ട കവിതകളിൽ എല്ലാ അർത്ഥത്തിലും ശക്തിയും സൗന്ദര്യവുമുള്ള കവിതയാണ് ജോസഫിന്റെ 'നരഭോജികളുടെ കാലം.'

മറ്റൊരു ശ്രദ്ധേയമായ കവിതയാണ് 'വട്ടവട.' വട്ടവടക്കാരനായ എസ് എഫ് ഐ നേതാവ് അഭിമന്യുവിന്റെ അരുംകൊലയിൽ അണപൊട്ടിയൊഴുകുന്ന കവി മനസ്സിലെ പ്രതിഷേധവും ദുഃഖവും അഗ്നിയും പൂനിലാവും പോലെ കൂടിക്കുഴഞ്ഞതാണീ കവിത. താരതമ്യേന നീണ്ട ഈ കവിതയിൽ അഭിമന്യുവിന്റെ അത്യദ്ധ്വാനത്തെയും രക്ഷകർത്താക്കളുടെ സംരക്ഷണത്തിന്റെയും വിദ്യാർത്ഥി രംഗത്തെ ലക്ഷ്യബോധമുള്ള പ്രവർത്തനങ്ങളുടെയും ഹൃദയാവർജ്ജകമായി അവതരിപ്പിച്ചുകൊണ്ട് അഭിമന്യുവിന്റെ ധീര രക്തസാക്ഷിത്വത്തെ ഇങ്ങനെ അവതരിപ്പിക്കുന്നു.

"ഇനി അവൻ രക്തസാക്ഷി
ആയിരം നക്ഷത്രങ്ങളിലൂടെ
പതിനായിരം ചുവരുകൾ നിറഞ്ഞ്
ലക്ഷങ്ങളുടെ മനസ്സിൽ പതിഞ്ഞ്
കോടികൾക്കാവേശമായി
അവൻ പുനർജ്ജനിക്കും."

കവി തന്റെ ഹൃദയത്തിൽ കുരുത്ത രക്തം തുടിക്കുന്ന വാക്കുകളിലൂടെ ഈ വാങ്മയ ചിത്രം സഹൃദയ മനസ്സുകളിൽ കുറിച്ചിടുമ്പോൾ ആരും പറഞ്ഞുപോകും എത്ര ശക്തിയുള്ള കവിത....

വെന്തമണ്ണിന്റെ വീറും ഹൃദയരക്തത്തിന്റെ ചൂരുമുള്ള ഈ 'വെൺമണിക്കാര'ന്റെ കവിതകൾ ഏറെ അഭിമാനത്തോടെ സന്തോഷത്തോടെ സുമനസ്സുകളെ ഞാൻ നിങ്ങൾക്ക് സമർപ്പിക്കുന്നു.

പഠനം

കവിതയുടെ കാലുകൾ

ഡോ. എം എ സിദ്ദിഖ്

സൂര്യനെല്ലിയിലെ അമ്മമാർ അനേകകാലങ്ങളെ അഭിമുഖീകരിക്കുന്ന കവിതകളുടെ സമാഹാരമാണ്. അതറിയാൻ 'കവിതാമത്സരം' എന്ന കവിത നോക്കിയാൽ മതി. കലക്കത്ത് കുഞ്ചൻ നമ്പ്യാരാണ് അതിലെ മാനസഗുരു. മലയാളം പഠിപ്പിക്കുന്ന മാഷ് കുട്ടികളോട് കവിത എഴുതാൻ പറയുന്നു. എങ്ങനെ കവിത എഴുതണം എന്ന താല്ക്കാലികവും കൃത്രിമവുമായ വിദ്യ പറഞ്ഞുകൊടുത്ത ശേഷമാണ് മാഷ് കവിതയുടെ വിഷയം നല്കുന്നത്. ഉച്ചക്കഞ്ഞി എന്നതാണ് ആ വിഷയം.

ഉച്ചക്കഞ്ഞി കുടിക്കാതെ പല ഉച്ചകൾ താണ്ടിയ പൈതങ്ങളാണ്. ആ ദുഃഖം അവരിൽനിന്ന് ശൂന്യമായ താളുകളല്ലാതെ ഒരുവരിയും സൃഷ്ടിക്കുന്നില്ല. കവിതയിൽ ഒരു മാനസഗുരു ഉണ്ടെന്ന് കാവ്യമർമ്മം അറിയാവുന്നവർ പറയും. ഈ കവിതയിൽ അത് കുഞ്ചൻ നമ്പ്യാരാണ്. അത്രയ്ക്കുണ്ട് ഇതിന്റെ വിളിച്ചു പറയൽ. സങ്കടത്തെ വിളിച്ചു പറയുന്ന ഇത് സങ്കടത്തിനുമേൽ കവിതയുടെ ശീതങ്കൻ സൃഷ്ടിക്കുന്നു.

അഭിമുഖീകരണത്തിന്റെ സാദ്ധ്യതകൾ അങ്ങനെയാണ്. അവ 'കാബേജും കവിതയും' പോലെ പരസ്പര ഭിന്നമായവരെ മൂർപ്പിച്ചെടുക്കുന്നു. ഭർത്താവ്–ഭാര്യ എന്ന സ്ഥിരം വേഷങ്ങൾ. വീട്–നാട് എന്നിങ്ങനെ രണ്ട് സാമാന്യ സ്ഥലങ്ങൾ. ഭാര്യ കാബേജ് അരിയുന്നതിൽ വിദഗ്ദ്ധയാണ്; ഭർത്താവ് കവിത അരിയുന്നതിലും. എഴുതുന്ന ഭർത്താവ്, വീട്ടുവേല ചെയ്യുന്ന ഭാര്യ എന്ന ഗാർഹിക സ്വരൂപത്തിൽ നിന്ന് വരുന്ന പരമ്പരാഗതമായ രണ്ട് പ്രമേയങ്ങൾ. എന്നാൽ അതിനെ നാടിനുമേൽ പ്രതിഷ്ഠിക്കുകയാണ്.

നാടാണ് ഏറ്റവും വലിയ രാഷ്ട്രീയ കവിത. നാട്ടിലാണ് ജനത,

ജീവിതത്തിന്റെ ദുഃഖങ്ങളെല്ലാം അനുഭവിക്കാൻ വിധിക്കപ്പെട്ടിരിക്കുന്നത്. അതുകൊണ്ട് നാടിനെക്കുറിച്ച് പറയാൻ നാടിന്റെ രാഷ്ട്രീയത്തെക്കുറിച്ച് പറയേണ്ടിവരും. 'കാലുകൾ പറയുന്നു' എന്ന കവിത അങ്ങനെയുണ്ടായതാണ്. എന്നാൽ അത് പെട്ടെന്നുണ്ടായതല്ല–അനേക ചരിത്രകാലങ്ങളുടെ അഭിമുഖീകരണമുണ്ട് അതിൽ.

കാലുകൾ, ഫിലോസിഫിക്കായ ഒറ്റ സമൂഹരൂപമാണ്. ആധുനികോത്തരമായ ഭാഷയിൽ നാം ബൃഹദാഖ്യാനം (Meta narrative) എന്നൊക്കെ പറയുന്ന ആത്മവിദ്യാപരമായ ഒരർത്ഥം അതിനുണ്ട്. ഇന്ത്യയിലെ മനുവാദതത്ത്വചിന്തയിൽ കാലുകൾക്ക് ജാതീയമായ അധഃകൃതത്വത്തിന്റെ സ്ഥാനമാണുള്ളത്. 'ഞങ്ങളുടെ നീളമായിരുന്നു നിങ്ങൾക്ക് തലപ്പൊക്കം നല്കിയത്'എന്നവരികൾ ആ ബൃഹദാഖ്യാനത്തെ വിമർശനാത്മകമായി സമീപിക്കുന്നു. ഇവിടെ കാലുകൾക്ക് പൊരുൾ എന്ന സ്ഥാനമല്ല ഉള്ളത്.

കവിതയിൽ പൊരുൾ (Meaning) അന്വേഷിക്കുന്ന നിയോക്ലാസിക് രീതി ഉണ്ടായിരുന്നു. അതുപിന്നെ 'എന്നെ' അന്വേഷിക്കുന്ന (Self exploration) കാല്പനിക കവിതയായി മാറി. ആധുനികതയിൽ അത് കാവ്യബോധത്തെയും ആധുനികോത്തരതയിൽ കാവ്യഭാഷയുടെ ഭാരമില്ലായ്മയേയും അന്വേഷിക്കുന്നതായാണ് പറഞ്ഞുവരാറ്. എന്നാൽ, ഈ മെത്തഡോളജിയല്ല പൊയ്കയിൽ ജോസഫിന്റെ കവിതകൾക്കുള്ളത്. അത് അംബേദ്കറേയും അയ്യങ്കാളിയേയും 'നടത്തിച്ച' കവിതകളാണ്.

നടപ്പ് അദ്ധ്വാനവുമാണ്. മനുഷ്യശേഷിയെ അളക്കുന്നതിനുള്ള ഉപാധിയുമാണത്. അംബേദ്കറും അയ്യങ്കാളിയും ഇപ്പോഴും നടക്കുകയാണ്. മനുഷ്യബോധത്തിന്റെ ഉടൽ വാങ്മയമാണ് ആ രണ്ടു ചിന്താശിഖരങ്ങളും. നടന്നുനടന്ന് ഞങ്ങൾ നിങ്ങളെ അതിലംഘിക്കുമെന്ന സ്വത്വപരമായ മുന്നറിയിപ്പിലാണ് ഈ കവിത അവസാനിക്കുന്നത്. ഈ മുന്നറിയിപ്പ് സാമൂഹികമായ ഒരു തത്ത്വമായി നമ്മുടെ നവോത്ഥാനത്തിന്റെ സന്ദർഭങ്ങളിലെല്ലാം ഉണ്ടായിരുന്നതാണ്. അക്കാലത്തത് സ്വത്വപരമോ സ്വയം നിർണ്ണയിക്കുന്ന രൂപത്തിലോ ഉള്ളതായിരുന്നില്ല ആ വികാരങ്ങൾ. അവയ്ക്ക് പലതരം ഉൾപരിവർത്തനങ്ങൾ (Mutation) കഴിഞ്ഞ കാലങ്ങളിൽ സംഭവിച്ചിട്ടുണ്ട്. അത്തരം മാറ്റങ്ങളെ പൊയ്കയിൽ ജോസഫിന്റെ കവിതകൾ കാണുന്നു.

'വട്ടവട' പ്രത്യക്ഷത്തിൽ തന്നെ രാഷ്ട്രീയം പറയുന്ന കവിതയാണ്. രക്തസാക്ഷിത്വത്തിന്റെ സാംസ്കാരിക പശ്ചാത്തലമാണ് അതിലെ ജീവിതം. 'അഭിമന്യു' എന്ന കണ്ണീര് സ്വയം പ്രതിനിധാനം ചെയ്യുന്ന രൂപത്തിലാണ് അതിന്റെ ഘടന വാർന്ന് വീഴുന്നത്.

"അപ്പനൊരുകുപ്പി ചുമമരുന്ന്
അമ്മയ്ക്കൊരു തുടം കുഴമ്പ്

പാട്ടിക്കൊരു ചിന്നി മുക്കൂട്ട്
അനിയത്തിക്കൊരു പാവാട."

അഭിമന്യുവിന്റെ ആഗ്രഹങ്ങളുടെ വലിപ്പത്തിലൂടെ കവിത സഞ്ചരിക്കുന്നു. നിത്യതയെ സംബന്ധിക്കുന്ന ഒരുതരം ദുഃഖാഭിരതിയുണ്ട് ഈ ആഗ്രഹങ്ങളിൽ. എന്നാൽ കവിത അവസാനിക്കുന്നത് ഈ ആഗ്രഹങ്ങളിലൂടെയല്ല – കവിയുടെ ഏകാന്തമായ ചില വിചാരങ്ങളിലൂടെയാണ്. അങ്ങനെ അത് അവസാനിക്കുന്നതിൽ പ്രചരണപരതയുടെ ദൗർബല്യമുണ്ട്. 'വട്ടവട', അപ്രകാരം അവസാനിക്കേണ്ട കവിതയായിരുന്നോ എന്നതിൽ സംശയമുണ്ട്.

നേരിട്ട് ലോകത്തോട് സംവദിക്കുന്ന കാവ്യഭാഷയാണ് പൊയ്കയിൽ ജോസഫിന്റേത്. 'മരണമൊഴി' അത്തരമൊരു കവിതയാണ്. സങ്കടങ്ങളിൽ നിന്നുള്ള ധൈര്യമാണ് ആ കവിതയെ കവിതയാക്കിമാറ്റുന്നത്. വ്യക്തി അയാളുടെ മനസ്സിനെ അരിച്ചെടുക്കുന്നു. അതിനെ നാം മരണമൊഴിയെന്ന് വായിച്ചെടുക്കുന്നു. 'കീശയിലെ നോട്ട്' അയാൾ തനിക്ക് ശേഷമുള്ള കാലത്തിന് നല്കുന്ന മൂല്യമാണ്. അതിന്റെ വിനിമയം അയാൾ ആഗ്രഹിക്കുന്നു. അതാണ് കൂലി. പക്ഷേ, കൂലി നല്കുന്നത് അനശ്വരമായ ചിലത് നിലനിന്ന് കാണാനാണ്. തന്റെ ശേഷവും അത് നിന്ന് കാണണം. മരണത്തെ കവി അതിനുള്ള മാദ്ധ്യമമാക്കുകയാണ്.

കാലുകളെ സാമൂഹ്യചരിത്രത്തിലെ ഇമേജ് ആക്കിയതുപോലെ നഖങ്ങളെ കൊണ്ടുവരുന്ന കവിതയാണ് 'നഖങ്ങൾ വളരുമ്പോൾ.' അടിസ്ഥാനപരമായ സാമൂഹ്യമൂല്യങ്ങൾക്കുപോലും ഉലച്ചിൽ തട്ടുന്നുണ്ട് എന്ന് ഈ കവിത പറയുന്നു. നീതി, സമത്വം, വിശ്വാസ്യത ഇവ മൂന്നും അതിൽ പ്രധാനമാണ്. അവ നാശമായി കാണാൻ ആഗ്രഹിക്കുന്ന വിപണിവല്ക്കരണവും വിഭാഗീയ തത്ത്വചിന്തകളും നാടിന് ആപത്താണ്. നഖങ്ങൾ എന്ന വസ്തുവിന് അപകടകരമായ ചില ധർമ്മങ്ങൾകൂടി നിർവ്വഹിക്കാൻ കഴിയും എന്ന് സൂചിപ്പിച്ച് കവി നിർത്തുന്നു.

"അവരെന്തേ അത്
വെട്ടിക്കളയുന്നില്ല
എത്രവേഗമാണ്
അവരുടെ നഖങ്ങൾ
വളരുന്നത്, നാട്ടിലെമ്പാടും"

ഇത്തരം ക്രുദ്ധമായ സാമൂഹികവിചാരങ്ങൾക്ക് മതേതരമായ വിചാരലോകത്തെ തകർക്കാനാവില്ലെന്ന ന്യായദർശനമുള്ള കവിതയാണ് 'താണ്ഡവം.' പ്രളയത്തിന്റെ സന്ദർഭത്തിൽ മൂന്നുതരം മതവിശ്വാസികൾ ഒറ്റച്ചരടിൽ ഒറ്റപായയിൽ ഉറങ്ങുന്ന കവിതയാണിത്. ആ ഒറ്റച്ചരടാണ് കവിത. അതിനെ അഗാധമായി വിശ്വസിക്കുന്ന കവിയാണ് ഇത്.

ഈ സമാഹാരത്തിലെ ഓരോ കവിതയും ഓരോ കാലത്തിന്റെ മൂർത്തീകരണമാണ്. പക്ഷേ, സംഘർഷത്തിലല്ല–ഒന്നിച്ച് നില്ക്കലിലാണ് കവി വിശ്വസിക്കുന്നത്. 'ആഗ്രഹങ്ങളോടൊത്ത് കത്തിത്തീരുകയും ആ ചാരത്തിൽ നിശ്ശബ്ദമാവുകയും ചെയ്യലാണ് നാം സ്വയം നിശ്ചയിക്കുന്ന ഏറ്റവും വലിയ ശിക്ഷ' എന്ന് ലോർക്ക എഴുതിയിട്ടുണ്ട്. ആഗ്രഹങ്ങൾക്ക് രാഷ്ട്രീയമുണ്ട്. കവിതയും ഒരു ആഗ്രഹമാണ്. ഈ കവി ആഗ്രഹങ്ങളെ തീയിലിടുന്നില്ല; അതുകൊണ്ട് അദ്ദേഹം നിശ്ശബ്ദനാകുന്നില്ല. അതുകൊണ്ട് അദ്ദേഹം ശിക്ഷ അനുഭവിക്കുന്നുമില്ല.

ഡോ.എം എ സിദ്ദിഖ്
ഡയറക്ടർ
അന്താരാഷ്ട്ര ശ്രീനാരായണ പഠനകേന്ദ്രം
കേരള സർവ്വകലാശാല.

കാണാതെ പോയ കണ്ണുനീർ

അമ്മ മരിച്ചതിനുശേഷം എന്നെ വളർത്താൻ അപ്പൻ വല്ലാതെ പാടുപെടുന്നുണ്ടായിരുന്നു. പാതാളക്കുഴിയിൽനിന്നും നനഞ്ഞ ചെങ്കല്ലുകൾവെട്ടി തലയിൽ ചുമന്നു കയറ്റുന്ന അപ്പന്റെ മുഖത്തുകൂടി ഒഴുകിയത് കല്ലിൽ നിന്നുള്ള വെള്ളത്തോടൊപ്പം കണ്ണുനീർകൂടിയായിരുന്നു. കല്ലെണ്ണി കിട്ടുന്ന ചെറിയ നാണയത്തുട്ടുകൾ ചേർത്തുവച്ചായിരുന്നു തിരുവല്ല മാർത്തോമ്മ കോളേജിലെ എന്റെ വിദ്യാഭ്യാസം. അവിടെ ഷേക്സ്പിയർ കഥാപാത്രങ്ങളെ വാങ്മയത്തിലൂടെ തലച്ചോറിലെത്തിച്ച വി എ ചാക്കോസാറിനെ മറക്കാനാവുന്നില്ല.

ഓരോ ദിവസവും കരുതും, നാളെ മുതൽ പഠനം നിർത്തി അപ്പന്റെ കൂടെ കല്ലുവെട്ടാൻ പോകണം. പക്ഷേ, ഷേക്സ്പിയർ ഓരോ ദിവസവും എന്നെമാടി വിളിച്ചു. ഞാൻ പഠിച്ചു. ഒപ്പം ജീവിതവും....

എപ്പോഴൊക്കെയോ ഉള്ളിൽ വിരിഞ്ഞ 'തോന്ന്യാക്ഷര'ങ്ങൾ ഇതാ വെളിച്ചം കാണുകയായി. സ്വീകരിച്ചാലും.

എന്റെ ഈ സാഹസത്തിന് അവതാരികയിലൂടെ അനുഗ്രഹം ചൊരിഞ്ഞ എന്റെ പ്രിയ സഖാവും കവിയും നാടകപ്രതിഭയുമായ ശ്രീ. പിരപ്പൻകോടു മുരളി സാറിനോട് ആജന്മ കടപ്പാട്.

ഈ പൊട്ടത്തരങ്ങളിലേക്ക് ആനുകാലിക കവിതാ മണ്ഡലത്തിൽ നിന്നുള്ള വെള്ളിവെളിച്ചം പായിച്ച യുവസാഹിത്യകാരൻ ഡോ എം എ സിദ്ദിഖിന് നന്ദി പറയാൻ വാക്കുകളില്ല.

സ്തുതിവചനങ്ങൾകൊണ്ട് എന്നെ അഹങ്കാരിയാക്കാതിരുന്ന സമൂഹത്തിന്, അവഗണനയുടെ തിരുശേഷിപ്പുകളാൽ എനിക്ക് മുൾക്കിരീടവും മരക്കുരിശും ഒരുക്കിയവർക്ക്

എല്ലാവർക്കും നന്ദി

സ്നേഹപുരസ്സരം

പൊയ്കയിൽ ജോസഫ്

സുഡോക്കു

എത്ര വേഗമാണവൻ
ഒഴിഞ്ഞ കോളങ്ങൾ നിറയ്ക്കുന്നത്
റുബിക് കട്ടകൾ ഒരേ നിറമാക്കാൻ
അവനു നിമിഷങ്ങൾ മതി
അസൂയ എന്നിൽ നുരപൊന്തി

* * * *

ഇരുപത്തെട്ടു നായും പുലിയും
പകിട, അക്ഷരശ്ലോകം
ഒക്കെ ഞാനായിരുന്നു മുന്നിൽ
ഒരുവട്ടമെങ്കിലും
എന്നെ തോല്പിക്കുവാൻ
ഒരുത്തനും കഴിഞ്ഞിരുന്നില്ല
സമസ്യാപൂരണം
നിമിഷകവിത..
ഏഴയലത്തു പോലും
ആരും എത്തിയില്ല
പൊന്നാട
പൊന്മോതിരം
വഞ്ചിപ്പാട്ടിന്റെ അകമ്പടിയോടെ
സ്വീകരണം...
അതൊരു കാലം
കേക, കാകളി, മഞ്ജരി
ഒക്കെ എനിക്ക് വെറും പുല്ല്

പുരാണബിംബങ്ങൾ
എന്നിലൂടെ
പുതുപിറവി തേടി
മുക്തകങ്ങൾ
ഖണ്ഡകാവ്യങ്ങൾ
മഹാകാവ്യങ്ങൾ
പുതിയ പതിപ്പുകൾ
വിശിഷ്ടാംഗത്വം
ജ്ഞാനപീഠം
ചാരുകസേര
എഴുത്തുപലക
മഷിയുണങ്ങാത്ത
പൊൻപേനകൾ
ആയിരം ജന്മനേട്ടങ്ങൾ
ഒറ്റ വീർപ്പിൽ

എന്നിട്ടും എനിക്കസൂയ

കളിക്കിടയിൽ ഓടി വന്ന്
ഒരേ നിറമാക്കി തള്ളുന്ന
അവന്റെ റുബിക് ക്യൂബ്
ഒരുനിമിഷം നിന്നുകൊണ്ട്
പൂരിപ്പിച്ചു തള്ളുന്ന
അവന്റെ ഒടുക്കത്തെ
ഒരു സുഡോക്കു.

അവർ കടലിൽ പോയത്

അവർ കടലിൽ പോയത്
നക്ഷത്രഹോട്ടലുകളിൽ
ആയിരം വില മതിക്കുന്ന
ചുടുവിഭവങ്ങൾ കൊതിച്ചായിരുന്നില്ല
മൊത്തമായി വിലയുറപ്പിച്ച്
കുത്തകലാഭം കൊയ്യാനായിരുന്നില്ല
നല്ലതെല്ലാം ടിന്നിലാക്കി
ഡോളറും യൂറോയും നേടാനുമായിരുന്നില്ല

ഒരു നേരത്തെ ചുടുകഞ്ഞി,
മുളകിട്ടമത്തിയും മരച്ചീനിയും
നിലത്തുപായ് വിരിച്ചൊരുറക്കം
ആകാശസ്വപ്നങ്ങളൊന്നും അവർ
നെയ്തില്ല

അതൊക്കെ ആഴക്കടലിൽ
എന്നോ മുങ്ങിപ്പോയിരുന്നു
അപ്പൂപ്പനുകൂട്ടായി
ചെറുമകൻ പോയത്
അവന് പള്ളിക്കൂടം
അവധിയായതുകൊണ്ടായിരുന്നില്ല
ഹാജർ പുസ്തകത്തിലെ
അവന്റെ കോളം
എ കൊണ്ടു നിറഞ്ഞിരുന്നു
നല്ലതൊന്നും അവൻ തിന്നില്ല
എന്നും പട്ടിണിയായിരുന്നു അവനു കൂട്ട്
അവന്റെ കുട്ടികൾ
മീൻകുട്ട ചുമന്നപ്പോൾ,
പട്ടിണി കിടന്നപ്പോൾ
കൊഞ്ചും കരിമീനും
അയക്കൂറയും അണിഞ്ഞൊരുങ്ങി
പഞ്ചനക്ഷത്രത്തിൽ പണക്കാരനെയും കാത്ത്
ഉറങ്ങാതിരുന്നു

ഓഖി രാക്ഷസാകാരം പൂണ്ട്
അവരെ മരണക്കയത്തിലേക്ക്
വലിച്ചുകൊണ്ടുപോയി
അവരെ തിന്ന മത്സ്യങ്ങൾ
ആർത്തു പുളച്ചു
അവ പുതുരൂപം പൂണ്ട്
തീൻമേശകളിൽ അലങ്കാരമായി
വലിയ ടി വി സ്ക്രീനിൽ
ഓഖി കണ്ട് വലിയവന്റെ
കണ്ണുതുറിച്ചു.
കയ്പു പാനീയം നുണഞ്ഞ്
അവൻ ചുടുവിഭവങ്ങൾ
അകത്താക്കി

ഓഖി ഇരുട്ടുവിതച്ചത്
ഓലക്കൂരകളിലായിരുന്നു
ഒരിക്കലും തിരിച്ചുവരാത്തവരെ ഓർത്ത്
ഒരുമിച്ചിരുന്നവർ പ്രാർത്ഥിച്ചു.

പുലരി വരും

കാഴ്ചതൻ മങ്ങലു മാറിക്കിട്ടാൻ
കണ്ണട വേണം കവി മൊഴിഞ്ഞു
കണ്ണട വാങ്ങിക്കഴിഞ്ഞപ്പോഴും
കാണുന്നതൊന്നും തെളിഞ്ഞതില്ല
കണ്ണിൽ തിമിരം പടർന്നുവല്ലോ
കണ്ണുവിദഗ്ദ്ധൻ വിധിയെഴുതി
കാശേറെ വേണം ചികിത്സ ചെയ്യാൻ
പെൻഷനായ്പ്പോയ് ഇന്നു വായ്പയില്ല.
കാശിരന്നും കടംവാങ്ങിവച്ചും
ശസ്ത്രക്രിയ ചെയ്തിറങ്ങിയിട്ടും
കണ്ണിൽ വെളിച്ചം കയറിയില്ല.
കൂരിരുട്ടാണെന്റെ നാട്ടിലെല്ലാം
പെറ്റുവീഴുന്നോരു പെൺകുഞ്ഞിനെ
കീറിക്കുടിക്കുന്ന രാക്ഷസന്മാർ
അഷ്ടിക്കു മുട്ടും വനവാസിയെ
കൂട്ടമായ് ചേർന്നിട്ടടിച്ചുകൊൽവൂ
ചേറിൽ പണിചെയ്യും കർഷകരോ
നേരന്നമില്ല, കയറെടുപ്പൂ.
കോടികൾ കൊയ്യും വരേണ്യവർഗ്ഗം
നാട്ടാരെ വെട്ടിച്ചു നാടുവിട്ടു
ഗോവിന്റെ പേരിൽ ത്രിശൂലമേന്തി
പാവമാം പൈതലെ കൊന്നുവീഴ്ത്തി
നേരിന്നുനാട്ടിൽ വിലയുമില്ല

ഘോരാട്ടഹാസ പ്രസംഗമാണെങ്ങുമെങ്ങും
കൂരിരുട്ടിൻ നേർക്കു കണ്ണുതുറന്നാൽ
കാണുവതെന്താണ് മൽപ്രിയരെ
നേരിൻ വെളിച്ചം പരത്തുവാനായ്
വേണം പുതിയൊരു സൂര്യോദയം
എന്നിട്ടുവേണമീ കൺതുറക്കാൻ
നേരിന്റെ കാഴ്ചകൾ നേരായ് കാണാൻ
സ്ഥിതിസമത്വത്തിൻ പുലരിയെത്താൻ
തുയിലുണർന്നിപ്പോൾ
നീ കൺതുറക്കൂ.

കാബേജും കവിതയും

എന്റെ ഭാര്യ
നന്നായി കാബേജ് അരിയും
ഞാൻ കവിതയും
കാളൻ, തോരൻ, അവിയൽ, പുളിശ്ശേരി
കൊണ്ടാട്ടം, ഉപ്പിലിട്, പൊരിയല്
പച്ചടി, കിച്ചടി, പുളിയിഞ്ചി
നീളം, വീതി, കനം...
അവളുടെ കാബേജുമഹിമ അങ്ങനെ
മറുനാട്ടിലേക്കും പരന്നു.

പദ്യം, ഗദ്യം, ചമ്പു
ആധുനികം, ആധുനികോത്തരം
എന്നിങ്ങനെ എന്റെ കവിതകളും
ഈയിടെയായി ആളുകൾ വീട്ടിൽ വരാതായത്
കാബേജു വിഭവങ്ങളെ പേടിച്ചിട്ടല്ലെന്നും
വെറും കുശുമ്പുകൊണ്ടാണെന്നും അവൾ
നിരത്തിൽ ആൾക്കാർ എന്നെ ഒഴിവാക്കുന്നത്
കവിതകൾ മൂലമാണെന്ന്
അവൾ രഹസ്യമായി പറഞ്ഞു പരത്താറുള്ളത്
ഞാനറിഞ്ഞു.

എന്തിനും
എന്റെ കവിതകൾ
അവളുടെ കാബേജിനേക്കാൾ
ഉദാത്തവും കാലാതിവർത്തിയുമാണെന്നാണ്
നാട്ടുകാർ പറയുന്നത്!

പി യു ചിത്ര

അന്നത്തെ പ്രഭാതസവാരി
ചിത്രയുടെ വീട്ടിലേക്കായിരുന്നു
പുകസ പാലക്കാടൻ സമ്മേളനത്തിലായിരുന്നു
ഞങ്ങൾ
താമസം മേനോന്റെ ഹോസ്റ്റലിൽ
ക്യാമറ തൂക്കി ഞാനും
കാഥികൻ കിടാരക്കുഴിയും
പിന്നെ രാജേന്ദ്രനും
നെൽവയലുകൾ ഉത്സാഹത്തിലായിരുന്നു
അവ ഞങ്ങളെ മാടിവിളിച്ചു
ചിത്രയുടെ വീട്ടിലേക്കുള്ള വരമ്പ്
എമ്മല്ലേ റോഡാക്കിയിരുന്നു വീയെസ്
മുറ്റം ചാണകം മെഴുകിയിരിക്കുന്നു
ചുറ്റും വെണ്ട, പാവൽ, ചീര, മത്തൻ
പടവലം, വഴുതന, കുമ്പളം...
മുറ്റത്തോട് ചേർന്ന്
തെളിവെള്ളമൊഴുകുന്ന അരുവി
അതിലൂടെ നീന്തുന്ന മാനത്തുകണ്ണികൾ
മന്ദഹസിച്ചും കൊണ്ടവർ പറഞ്ഞു

'അവൾ കൊണ്ടുവരും തീർച്ചയായും
ഉറപ്പു പറഞ്ഞാണവൾ പോയത്.'
ചുവരായ ചുവർ നിറയെ മെഡലുകൾ
മുറിച്ചൊട്ടിച്ച പത്രങ്ങൾ

നിറയെ മന്ത്രിമാരുടെ ചിത്രങ്ങൾ
ദേശീയ സ്വർണ്ണമെഡൽ വാങ്ങുന്ന ചിത്ര
അച്ഛൻ:
കറന്നെടുത്ത പാലുവില്ക്കാൻ
തലച്ചുമടുമായി പോയിരിക്കുന്നു

അമ്മ:
പണിക്കിറങ്ങാൻ വെമ്പിനില്ക്കുന്നു
ഇളയവർ
സ്കൂളിലേക്ക് പോകാനിറങ്ങുന്നു.
അപ്പൂപ്പനും അമ്മൂമ്മയും
എന്തോ പണി ചെയ്തു ചാണകത്തറയിലുണ്ട്

ആരുടെയും കാലിൽ ചെരുപ്പുകളില്ല.
അവർ നടക്കാറില്ല
എപ്പോഴും ഓട്ടത്തിലാണ്
ചിത്രയെപ്പോലെ

അരുവിയിലെ പരൽമീനുകൾ
മെഡലുമായി വരുന്ന ചിത്രയെ
കാത്ത് കണ്ണടയ്ക്കുന്നതേയില്ല
ചുറ്റും കിളികൾ പാടിക്കൊണ്ടേയിരിക്കുന്നു
ദൂരംതാണ്ടി, ഉയരം തേടി
അവൾ ലോകം കീഴടക്കും
അന്നും നിങ്ങൾ വരണം

നീലവാനിലെ വെൺമേഘങ്ങളും
അനങ്ങാതെ നില്ക്കുന്ന അരുണസൂര്യനും
അതുതന്നെ ആവർത്തിച്ചു
അതെ,
ഞങ്ങൾ ഇപ്പോഴും പി യു ചിത്രയുടെ
ചാണകം മെഴുകിയ മുറ്റത്തു
നഗ്നപാദരായി
നില്ക്കുക തന്നെയാണ്.
അരുവിയിൽ നിന്ന്
വയലുകളിൽ നിന്ന്
ഭൂമിയിലും ആകാശത്തും
കാടുകളിലും നാടുകളിലും നിന്ന്
ചിത്രയുടെ
അപദാനങ്ങൾ കേൾക്കാൻ.

കാലുകൾ പറയുന്നു

ഞങ്ങൾ
അഗാധമായ പ്രണയത്തിലായിരുന്നു
ഒരിക്കലും പിരിയുമായിരുന്നില്ല
പിണഞ്ഞാണുറങ്ങിയിരുന്നത്
പലതും പറഞ്ഞ് പിരിക്കാൻ നോക്കിയിട്ടും
ഞങ്ങൾ ജീവതാളം മറന്നില്ല.
ഞങ്ങളുടെ നീളമായിരുന്നു
നിങ്ങൾക്ക് തലപ്പൊക്കം നല്കിയത്
ഞങ്ങൾ കല്ലും മുള്ളും ചൂടും തണുപ്പും
സഹിച്ചിട്ടാണ് നിങ്ങൾ ദൂരം താണ്ടിയത്
മഞ്ഞിൽ വെടിച്ചു കീറുമ്പോഴും
ചൂടിൽ പൊള്ളി വീർക്കുമ്പോഴും
തണുപ്പിൽ കോച്ചിവിറയ്ക്കുമ്പോഴും
ഞങ്ങൾ ഡ്യൂട്ടി മറന്നില്ല
ഞങ്ങൾ ചേറിൽ പണിയെടുത്തു
നിങ്ങൾ നന്നായി ഉണ്ടു.
ഞങ്ങൾ തോട്ടിപ്പണി ചെയ്തു.
സുഗന്ധമാരുതനേറ്റ്
നിങ്ങൾ സുഖമായുറങ്ങി
നിങ്ങളുടെ ദുശ്ശീലങ്ങൾ
പുകച്ചുരുളുകൾ തീർത്തപ്പോൾ
ഞങ്ങൾ മുറിച്ചു നീക്കപ്പെട്ടു
ഞങ്ങൾക്ക് അന്നവും

ജീവനും നിഷേധിക്കപ്പെട്ടു.
എന്നിട്ടും ഞങ്ങൾ കരഞ്ഞില്ല.
പ്രതിഷേധത്തിന്റെ സ്വരം പോലും ഉയർത്തിയില്ല.
ഞങ്ങടെ മക്കളെ
തൊട്ടു കൂടാത്തവരെന്നും
തീണ്ടിക്കൂടാത്തവരുമെന്നെണ്ണി
നിങ്ങൾ മാറ്റിനിർത്തി.
നിങ്ങളോർത്തില്ല
ഒരേ രക്തമാണ്
നമ്മുടെ സിരകളിലൂടെ
ഒഴുകുന്നതെന്ന്
ഇനി നിങ്ങൾ പറയൂ

എത്ര നാളിതു തുടരണം
തുല്യപദവിക്കായി
പുതിയ പോർമുഖങ്ങൾ തുറന്നുകൊണ്ട്
ഒരുനാൾ ഞങ്ങൾ
പണിമുടക്കിപ്പറയും
നിങ്ങളെ ചുമന്നു നടക്കാൻ
ഇനി ഞങ്ങൾക്കാവില്ലെന്ന്
അംബേദ്കറെയും അയ്യങ്കാളിയേയും
നടത്തിച്ച ഞങ്ങൾ പറയുന്നു
നാളെ മുങ്ങാംകുഴിയിട്ട്
നിങ്ങൾക്കുമേലെ ഉയർന്നു വരാൻ
ഞങ്ങൾക്കിനിയും ഏറെ ദൂരം
നടക്കേണ്ടതില്ലെന്ന്.

(ബ്രഹ്മാവിന്റെ വദനത്തിൽനിന്ന് ബ്രാഹ്മണരും ഭുജങ്ങളിൽ നിന്ന് ക്ഷത്രിയരും വൈശ്യരും പാദങ്ങളിൽനിന്നും ദളിതരും പിറന്നെന്ന് ബ്രാഹ്മണമതം)

കവിതാ മത്സരം

പണ്ടൊരു കാലം
ഞങ്ങൾ പിള്ളേർ
പള്ളിക്കൂടം പോകും കാലം
മലയാളത്തിൻ മാഷു പറഞ്ഞു
കുട്ടികളേയിനി കവിത രചിക്കാം
മൂർത്തമൊരാശയമുണ്ടാക്കീട്ടതിൽ
വാക്കുകൾ കൊണ്ടൊരു ഹാരമൊരുക്കാം
പൂത്തനലങ്കാരത്തിൽ മുത്തുകൾ
ഒന്നിടചേർത്തു മനോഹരമാക്കാം
കവി സമ്മേളനമേളകളിൽപ്പോയ്
ഘനഗംഭീരസ്വരത്തിൽ പാടാം
കൈയടി വാങ്ങാം
കാറിൽ കേറി നടക്കാം; വല്ലപ്പോഴും
ഉദ്ഗ്രഥനത്തിനു കവിത രചിക്കാൻ
സർക്കാർ വന്നു കലമ്പൽ കൂട്ടും
ഫലമായ് നക്കാപ്പിച്ച ലഭിച്ചാലായി
വാരിക, മാസിക, പത്രാധിപകൾ
വരിയായ് നില്ക്കും കവിത ലഭിക്കാൻ
അവരും നല്കാം ഒരു ചെറുചായ
കുടിക്കാൻ കാശ്
കവിത രചിക്കുക കുട്ടികളേ ഇനി
കവിയായ് തീരാം
സാഹിത്യത്തിന്നാഴികളിൽ പോയ്

തിരയുക മുത്തുകൾ
മുത്തിനു മേലെ മുഴക്കോലോളം
ചപ്പുകളാവാം
എന്നാലോ പ്രിയ കുട്ടികളേ പോയ്
തിരയുക കിട്ടും
പവിഴം, രത്നം, ഗോമേദകവും
ആർക്കും വാരിയൊഴിക്കാനാവാ-
തങ്ങുണ്ടൊരു നിധി ഭാഷയ്ക്കുള്ളിൽ
പോവുക, തിരയുക
ലോകത്തെങ്ങും സ്നേഹത്തിൻ
കുളിർനീരു നിറയ്ക്കും
സാഹിത്യത്തിൻ വേരുകൾ തിരയുക
കവിത രചിക്കാൻ, ചെറുകുട്ടികളേ
നാനാതരമാം ഭാഷകളേയും സ്നേഹിച്ചീടുക
കവിത രചിക്കാം, കവിയായ്ത്തീരാം

* * * * *

ആണ്ടവസാനം മാഷു പറഞ്ഞു
നാളെ നമുക്കൊരു കവിതാ മത്സരമായിക്കളയാം.
വൈകുന്നേരം നില്ക്കണമെല്ലാപേരും
നാഴിക മുമ്പൊരു വിഷയം നല്കാം
നന്നായി കവിത രചിക്കുക നിങ്ങൾ.

* * * * *

പിറ്റേന്നിന്റെ പ്രഭാതം വന്നു
വറ്റുകഴിച്ചൊരു നാളു മറന്നു
യുദ്ധാനന്തര നാളുകൾ, ഗ്രാമം
പട്ടിണിതീർത്ത കരിക്കോലം പോൽ
കുട്ടികൾ കാർട്ടൂൺ ചിത്രം പോലെ
കറുത്തു മെലിഞ്ഞോർ
ഭക്ഷണമാഡംബരമായ് മാറി
താളും തകരയുമിലകൾ നശിച്ചു
എങ്കിലുമെത്തീ ഞങ്ങൾ സ്കൂളിൽ
മഞ്ഞച്ചോളപ്പൊടിയിൽ വെള്ളം
ചേർത്തു കുഴച്ചൊരു മാവു ലഭിക്കും
നേരം പോക്കാം
ഒരു നേരം പോക്കാം
ജീവിതയാഥാർത്ഥ്യത്തിൻ നേരുകൾ
നേരംപോക്കായ് കാണാൻ മേല
നേരമണഞ്ഞു മാഷും വന്നു
പറഞ്ഞു: "നിങ്ങൾ തയ്യാറാണല്ലേ?"

കീറുക ബുക്കിൽ താളുകളൊന്നിൽ
പോറുക, വിഷയമിത് "ഉച്ചക്കഞ്ഞി"
'കവിത രചിക്കുക, കുട്ടികളേയിനി
സമയം കളയാതെല്ലാപേരും'
ആലോചനയിൽ മുഴുകീ ഞങ്ങൾ
എങ്ങനെയാണീ കവിത രചിക്കുക
ഉച്ചക്കഞ്ഞി കുടിക്കാതെത്തറ-
യുച്ചകഴിഞ്ഞുവരുന്നവർ ഞങ്ങൾ
എങ്കിലുമെന്തോ ഒരു വരിയെഴുതാൻ
തൂലികയൊന്നു ചലിച്ചീടാത്തു
പേരും ക്ലാസുമെഴുതിയപേപ്പർ
തിരിച്ചു കൊടുത്തു മടങ്ങി ഞങ്ങൾ
അന്നേ ഞങ്ങൾ മനസ്സിൽ രചി-
ച്ചൊരു കവിതക്കഷണം

'ഉള്ളിൽ പൂക്കും ദുഃഖത്തേക്കാൾ
വലിയൊരു കവിത രചിക്കാൻ വയ്യ
നോവും ജീവിത സത്യത്തേക്കാൾ
പെരിയൊരു പാട്ടും പാടാൻ മേലാ.'

ശിലയും ശില്പിയും

സ്വന്തമായെനിക്കു നീ
ശിലയായിരുന്നപ്പോൾ
ഇന്നു ഞാനന്യൻ, ലോകം
വിധിച്ചു, നടുങ്ങിപ്പോയ്
വന്ധ്യമെന്നേറെക്കാലം
വിളിച്ചുചൊല്ലിപ്പോന്ന
വൻമലകളിൽ, തെണ്ടി-
ത്തിരഞ്ഞു നടക്കുമ്പോൾ
ഇന്നലെപ്പൊടുന്നനെ
കണ്ടു ഞാൻ നിന്നെ മുന്നി-
ലെന്തു നീ കറുപ്പാർന്ന
ശിലയായ് കിടക്കുന്നു
വയ്യക്ത മോഹത്തിന്റെ-
യേദനിൽ കൊഴിയാത്ത
സ്വപ്നസൂനത്തെപ്പാർത്തു
വിണ്ണിൽ ഞാൻ നടക്കുമ്പോൾ
എന്റെ കാൽവിരൽ നിന്നിൽ
തട്ടി, ഞാൻ പകലിന്റെ
പച്ചയിലെത്തി, ചോര-
വാർന്നു, നീ നിറം ചൂഴ്ന്നു
ഇല്ല, ഞാൻ കരഞ്ഞില്ല
എന്റെ വേദനകളിൽ
കർമ്മവേദികളെന്റെ

മുന്നിലായ് കിടന്നപ്പോൾ
നിന്നെ ഞാനെടുത്തെന്റെ
ചിന്തയാൽ, വിയർപ്പിന്റെ
കണ്ണുനീരിനാൽ, ശുദ്ധി
വരുത്തി, തുടങ്ങിനേൻ
കൈയുകളൊന്നിൽ ചെറു-
കല്ലുളി, മറുകൈയിൽ
ചുറ്റിക, മനഃക്കാമ്പിൽ
മൂർത്തമാം സ്വപ്നങ്ങളും
രാത്രികൾ പകലുക-
ളാക്കി ഞാൻ യുഗങ്ങൾ ത-
ന്നാത്മാവു കൊഴിയവേ
ശില്പമായ് നിന്നേത്തീർത്തു
ഇനിമേൽ, നീയാണെന്റെ
സർവ്വവും നിനക്കായി
ജീവിതം മറന്നു ഞാൻ
കുളിർത്തെൻ ഹൃദയവും
നീ വെറും ശിലയല്ല
നീയെനിക്കെല്ലാമെല്ലാം
എന്തു ലാവണ്യമെന്തെ-
ന്തൊരു തേജഃപുഞ്ജം
കാടു ഞാൻ മറന്നൊന്നു
പാടുവാൻ കൊതിച്ചപ്പോൾ
നാടുവാഴികൾ നിങ്ങ-
ളെന്തിനു ബന്ധിച്ചെന്നെ
ഞാനൊരു വെറും ശില്പി
ഉളിയാണെന്നായുധം
ശിലയിൽനിന്നും നല്ല
ശില്പങ്ങൾ തീർക്കുന്നവൻ
കാൺക, ഞാനൊരു വെറും
ശിലയിൽനിന്നും ചാരു
രൂപമാമൊരു ശില്പം
തീർത്തു മാന്ത്രികകൈയാൽ
നിങ്ങളിലൊരാൾ ചൊല്ലീ
'കള്ളനാണിവൻ, ദേവീ
വിഗ്രഹം മോഷ്ടിച്ചോടി
പ്പോകുവാൻ ശ്രമിച്ചവൻ'
മറ്റൊരാൾ ചൊല്ലീ, 'യന്തഃ
പ്പുരത്തിൽ കടന്നിവൻ

രാജവസ്തുക്കൾ കട്ടു
കടക്കാൻ നോക്കുന്നവൻ
രണ്ടു നാലായി, നാലു
നാനൂറുകണക്കിനു
പിന്നെയുമവകാശ-
ത്തർക്കങ്ങളുയരവേ
ക്രൂശിതനായീ ഞാ-
നെൻ സ്വപ്നങ്ങൾ തകർന്നുപോയ്
മഞ്ജുവാം ശില്പം ദർബാർ
ഹാളിലായ് വച്ചു നിങ്ങൾ
ഞാനൊരു വെറും ശില്പി-
യിരുളിൽ കിടക്കുമ്പോൾ
ദന്തഗോപുരങ്ങളിൽ
രാജാവു ലസിക്കുന്നു.

ഈ തടവറകളിൽ
ചാട്ടവാറടിയേറ്റും
വായുവും വെളിച്ചവും
കിട്ടാതെ പശിയാർന്നും
നാളത്തെ സംസ്കാരത്തെ
ഇന്നു ഞാൻ തീർത്തിടുമ്പോൾ
എന്നാത്മബലത്താൽ ഞാൻ
പൊട്ടിക്കുമിച്ചങ്ങല
ഈ തടവറകളെ
പിളർക്കും, നാടാകെ ഞാൻ
പടരും, സ്വാതന്ത്ര്യത്തിൻ
ഗീതങ്ങളുച്ചൈസ്ഥരം
ഘോഷിക്കൂ, മദ്ധ്യാനത്തിൻ-
ശക്തിയാം വെന്നിക്കൊടി
പാറിക്കൂ, മെൻ ശില്പങ്ങൾ
സ്വന്തമാണെനിക്കെന്നും.

എന്റെ ശാരിക

പാടണമെന്നോ, എന്തു
പാടണം നിന്നേപ്പറ്റി
ശാരികേ കൂട്ടിനുള്ളിൽ
നീ മൂകമിരിക്കവെ
പച്ചിലക്കാട്ടിൽ, പനം
പൊത്തുകൾക്കുള്ളിൽ കാട്ടു
ചോലനീർ മോന്തി, പണ്ടു
മദിച്ചു നടന്നു നീ
അല്ലലി, ല്ലാശങ്കയി–
ല്ലെന്തിനുമേതും ലഭ്യം
തമ്മിലില്ലേതും, ചെറു–
ചതിയും കാപട്യവും
മാമലനാട്ടിൽ നീളെ
പൊന്നോണം വിളഞ്ഞൊരാ
നാളിൽ നീ സ്വാതന്ത്ര്യത്തിൻ
തെളിനീർസ്വദിച്ചു പോൽ.

* * * *

പിന്നെയാ, തീരത്തെന്നോ
നാവികരെത്തി, നാലു
കാശിനായ്, വണിക്കുകൾ
വന്നെന്നു കരുതവെ
വലയിൽ കുടുങ്ങി നീ

യവർ തന്നഴിക്കുള്ളി-
ലെത്തി മർദ്ദനമേറ്റി-
ട്ടെന്തെന്തു ദയനീയം
ചൂഷണോന്മുഖന്മാരാ-
മവർതന്നാജ്ഞാവർത്തി-
യായി നീ, നിൻ സ്വപ്നങ്ങൾ
നഷ്ടതേജസ്സായ് തീർന്നു.

പിന്നെനീയവരുടെ
ഭാവി ചൊല്ലുവാൻ ചീട്ടു
കൊത്തി നീക്കുവാനുള്ളോ-
രടിമയായിത്തീർന്നു
നീ മറന്നെന്നോ, ഗത
കാലഗാനങ്ങൾ, തല്ലി
പ്പഠിപ്പിച്ചവർ, നിന്നെ-
യശ്ലീലവാക്കിൻ കൂട്ടം
നിന്നെ രക്ഷിക്കാൻ ഞങ്ങൾ
വൻപട കൂട്ടി, പിന്നെ
യെത്രയോ കാലം ഘോര-
ഘോരമായ് യുദ്ധം ചെയ്തു.
ജയമിങ്ങടുത്തപ്പോൾ
നമ്മളിൽ കുറേപ്പേർ ചേർ-
ന്നെന്തിനു വീണ്ടും നിന്നെ
പുത്തനാം കൂട്ടിൽ കേറ്റി?
കൂട്ടിലെയഴികൾക്കു
പിന്നിലായ് കലങ്ങിയ
കണ്ണിൽ നീ പ്രതികാര-
ദുഃഖഭാവങ്ങൾ തീർക്കെ
പുത്തനാം മേലാളന്മാർ
ചീട്ടുകൊത്തിക്കാൻ നിന്നെ
കുത്തുന്നു പിന്നിൽക്കൂടി-
യശ്ലീലവർഷത്തോടെ
നിന്റെ മോചനത്തിനു
പടക്കോപ്പണിയവെ
ഉള്ളിന്റെയുള്ളിൽ ഞങ്ങ-
ളോർക്കുന്നു നിൻഗാനങ്ങൾ
പാടിടും തവഗാനം
ശാരികേ ഹർഷോന്മാദ-
ലീനരായ് വരും ശോണ
സുപ്രഭാതത്തിൽ ഞങ്ങൾ.

സൂര്യനെല്ലിയിലെ അമ്മമാർ

സൂര്യനെല്ലിയിലെ
അമ്മമാർ ഇന്ന്
നാടിന്റെ പേരുദോഷം മാറ്റിയെഴുതുകയാണ്
വിണ്ടുകീറിയ ഉപ്പൂറ്റികളും
നഖം വളരാത്ത വിരലുകളുമായി
മഴയോ മഞ്ഞോ നോക്കാതെ
അവർ സമരമുഖത്താണ്
അതെ, അവർ ചരിത്രം മാറ്റിയെഴുതുകയാണ്
വിരലുണ്ടുവളരുന്ന പൈതങ്ങൾ
അക്ഷരമറിയാത്ത ബാല്യങ്ങൾ
വഴിതെറ്റിപ്പോകുന്ന കൗമാരങ്ങൾ
മരക്കൊമ്പു തേടുന്ന യൗവനങ്ങൾ

* സൂര്യനെല്ലി തോട്ടം സമരത്തിന്റെ പശ്ചാത്തലത്തിൽ.

ഒന്നും പുതിയതായിരുന്നില്ല
അന്നും അവിടെ ഇതൊക്കെത്തന്നെയായിരുന്നു
പുലരിമഞ്ഞിന്റെ തണുപ്പ്
അസ്ഥി തുളയ്ക്കുന്നു, പക്ഷേ,
അറച്ചുനില്ക്കാനാവില്ല, ലക്ഷ്യം തികയ്ക്കണം
ദിവസക്കൂലി തികച്ചു കിട്ടണമെങ്കിൽ
കങ്കാണിമാരെ പേടിച്ചേ പറ്റൂ
മഴ, പുറത്തുകളയാത്ത ലയങ്ങൾ
പക്ഷേ, പരാതിപ്പെട്ടുകൂടാ
പുറത്താക്കിക്കളയും മേൽനോട്ടക്കാർ
താഴ്വാരങ്ങളിൽ ഓണനിലാവു പെയ്യുമ്പോൾ
ഇവിടെ, സൂര്യനെല്ലിയിൽ
മഞ്ഞും മഴമേഘങ്ങളും
ഇണചേരുകയാവും
നഗരങ്ങളിൽ മെട്രോഫെയറുകൾ
തിളങ്ങുമ്പോൾ
കിട്ടാത്ത ബോണസിൽ അവർ
സ്വപ്നങ്ങളുടെ കൊളുന്തുനുള്ളുന്നു
മൂന്നാറിൽനിന്നും ഇവിടേക്കുള്ള ദൂരം
അളന്നെടുക്കാനാവില്ല
ഒരു സർക്കാർ ഉത്തരവിൽ
തീരാവുന്നതേയുള്ളൂ ഈ അകലം
പക്ഷേ,
വ്യോമയാനങ്ങളിലിരിക്കുമ്പോഴും
അവരുടെ ഉൽക്കണ്ഠ ഉടമകളുടെ ലാഭം
കുറഞ്ഞുപോയേക്കുമോ എന്നതിലാണ്
ശീതമുറികളിലെ ചാനൽ ചർച്ചക്കാരറിയുന്നില്ല
അസ്ഥി തുളയ്ക്കുന്ന ഈ തണുപ്പിനെ
ചൂടുചായ മോന്തുന്ന പ്രഭാതങ്ങൾ കാണുന്നില്ല
നഖം വളരാത്ത ഈ വിരലുകളെ
സോക്സിനുള്ളിലെ പാദങ്ങൾ അനുഭവിക്കുന്നില്ല
ഈ വിണ്ടുകീറലുകളിലെ പ്രാണവേദന
അരിവാങ്ങാത്തവർ അളക്കുന്നില്ല
റേഷൻ കടകളിലെ ക്യൂവിന്റെ നീളം
വ്യോമസഞ്ചാരികൾ എങ്ങനെ കാണും
കൊളുന്തുകെട്ടിന്റെ കഴുതച്ചുമടുമായി
മലയിറങ്ങി വരുന്ന ഈ അമ്മമാരെ
അതെ, അവർ
തോല്ക്കാനാവാത്ത സമരമുഖത്താണ്.
പഴയ പീഡന ചരിത്രം
മായ്ച്ചുകളയുവാൻ നോക്കുകയാണ്
സൂര്യനെല്ലിയിലെ ഈ അമ്മമാർ

നരഭോജികളുടെ കാലം

ഇത് നരഭോജികളുടെ കാലം
'നരഭോജികളേ വരുവിൻ'
അതായി പുതു മുദ്രാവാക്യം
പിറവിയിൽത്തന്നെ നരഭോജികൾക്കായി
വഴിയൊരുങ്ങുകയായി
അടച്ച ഇരുമ്പുവണ്ടികൾ–ഒന്നാകെ
തീയിൽ ചുട്ടെടുക്കുക..
ഗർഭപാത്രത്തിൽ നിന്നു ചൂഴ്ന്നെടുത്ത്
ഉപ്പും മുളകും ചേർക്കാതെ..
തൂലിക മാത്രം ആയുധമാക്കിയവരെ..
പോയിന്റു ബ്ലാങ്കിൽ..
തിരയൊഴിയും വരെ... ഉറപ്പാക്കി..

സ്വന്തം തട്ടകങ്ങളിൽ പണികുറഞ്ഞ
നടന്മാർ, കവികൾ, എഴുത്തുകാർ
ശാസ്ത്രജ്ഞർ, സാങ്കേതികവിദഗ്ദ്ധർ
ഒക്കെയും സാർത്ഥവാഹകരേപ്പോലെ
നരഭോജി ക്യൂവിൽ ഇടംപിടിച്ചു
കമനീയ വസ്ത്രങ്ങളണിഞ്ഞു, എപ്പോഴും
വിദേശത്തേക്കു പറക്കുന്ന നേതാവിനെ
തങ്ങളിലേക്കുതന്നെ
അവർ ആവാഹിച്ചു.
സ്വന്തം മുഖമുള്ള
രാജാവിനേയും മന്ത്രിയേയും
അവർ സ്വപ്നം കണ്ടു.
അവർക്കായി അണിയറയിൽ
പുതുശീലങ്ങൾ
തീർക്കപ്പെട്ടുകൊണ്ടിരുന്നു.
കുരിശിന്റെ വഴികൾ മറക്കപ്പെട്ടു.
നോമ്പിന്റെയും പിറയുടെയും നാളുകളും
വ്രതശുദ്ധിയുടെയും ശരണം വിളികളുടെയും
കയറ്റിറക്കങ്ങളിൽ ശൂലങ്ങൾ വന്നുനിറഞ്ഞു
ആരുമറിഞ്ഞില്ല
തങ്ങൾ എങ്ങോട്ടാണ്
നയിക്കപ്പെടുന്നതെന്ന്
    ഓരോ നരഭോജവേളകളിലും
    ചുറ്റും വായ്ത്താരികളുയർന്നുകൊണ്ടിരുന്നു
    നരബലിയാണ് നാട്ടുനടപ്പെന്ന്
    വീരസ്വർഗ്ഗം നിനക്കുള്ളതെന്ന്
പുതിയ കൈകളെത്തേടി
ശൂലങ്ങൾ അന്തരീക്ഷത്തിൽ പാറിനടന്നു
പുതുശാസ്ത്രങ്ങൾ നാട്ടുനടപ്പായി
നരഭോജി റിക്രൂട്ടിങ് കേന്ദ്രങ്ങൾ
കൂടിക്കൂടി വന്നു.
നാട്ടുവെളിച്ചങ്ങൾപോലും
തല്ലിക്കെടുത്തപ്പെട്ടു
അപ്പോഴും ഒരു ചോദ്യം
എല്ലാറ്റിനും മീതെ ഉയർന്നുനിന്നു
'തോക്കുകൾക്കാവുമോ
വാക്കിനെ കൊല ചെയ്‌വാൻ'

പത്രപ്രവർത്തക ഗൗരി ലങ്കേഷ് കൊലചെയ്യപ്പെട്ട പശ്ചാത്തലത്തിൽ രചിക്കപ്പെട്ടത്.

കലികാലം

കെട്ടകാലത്തെന്റെ ചുറ്റും നിറയുന്ന
ചീത്തയാം വാർത്തകൾ
കേൾക്കാതിരിക്കുവാൻ
ടി വി കാണേണ്ടെന്നു ചൊന്നതമ്മ
പത്രം വിലക്കിപ്പറഞ്ഞതച്ഛൻ
പെറ്റുവീഴുന്നൊരു
പെൺപൈതലിൻ ചോര
ഊറ്റിക്കുടിക്കുന്നു കാമകാട്ടാളകർ
കാമാർത്തി തീർക്കുവാൻ
തൻമകളെക്കൊന്നു
കാമുകനൊപ്പം കടക്കുന്നു ഭ്രാന്തിമാർ
എന്തിനെന്നേതിനെന്നൊന്നുമറിയാത്ത
പുതുയൗവനങ്ങളെ വെട്ടിനുറുക്കുന്നു
അപകടം പറ്റിപ്പിടയുന്ന ജീവനായ്
ഒരു നോക്കുപോലും കൊടുക്കാതെ യാത്രികർ
കാനനവാസിയാം പട്ടിണിക്കോലത്തെ
നീതിയില്ലാതെയടിച്ചു കൊന്നീടുന്നു.
കാട്ടുതീവെന്തും കടൽക്ഷോഭമേറ്റും
പ്രളയത്തിനാലും മരിപ്പൂനിരവധി
ആകെ ചെളിനിറഞ്ഞുള്ളൊരീപാടത്തു
കാലിടറാതെ നീ നോക്കി നടക്കണം
കാണുന്നതൊക്കെയും കണ്ണെരിച്ചീടുന്ന
കാലത്തു ടി വിയിൽ നോക്കുന്നതെങ്ങനെ

കേൾക്കുന്നതൊക്കെയും കാതുപുണ്ണാക്കുന്ന
നേരത്തു റേഡിയോ കേൾക്കുവാനാവുമോ
വായിപ്പതൊക്കെ തലച്ചോറുകീറുന്ന
വാർത്തയാകുമ്പോൾ ദിനപ്പത്രമെന്തിന്
വായുവിലാകെ വിഷം നിറഞ്ഞുള്ളൊരീ
കാലമിതെങ്ങനെ ശ്വാസം കഴിക്കണം
കണ്ണും മനസ്സും ചെവിയും തുറക്കേണ്ട
ഒന്നുമറിയാതിരിക്കാം നമുക്കിനി.

പിംഗളം

പെണ്ണേ നിന്നോടെനിക്ക്
കടുത്ത പ്രണയപ്പനിയാണ്
അതിന്റെ ചൂടിൽ ഞാൻ
വെന്തു വെന്ത് ഇല്ലാതാവുകയാണ്
പക്ഷേ, നീയതറിയുന്നില്ല

എനിക്ക് വിശപ്പില്ല
ഞാനൊന്നും കഴിക്കാറുമില്ല
അതില്ലാതെയും കഴിഞ്ഞുകൂടാൻ
എനിക്ക്, നീ തന്ന പനിയുണ്ടല്ലോ

ഞാനൊന്നും കുടിക്കാറില്ല
എത്ര കുടിച്ചാലും നീയത്
വിയർപ്പായി വറ്റിച്ചുകളയുന്നല്ലോ

ഞാനൊന്നും കാണുന്നില്ല
നിന്നെയല്ലാതെ
ഈ പ്രപഞ്ചം തന്നെ
എനിക്ക് നീയാണല്ലോ

മരിച്ചുകിടന്നാലും
എന്റെ കണ്ണുകൾ
തുറന്നു തന്നെയിരിക്കും

ആരുമത് തിരുമ്മിയടയ്ക്കരുത്
അവൾ വരുമ്പോൾ
അവളുടെ രൂപം അതിലാണല്ലോ
പ്രതിബിംബിക്കേണ്ടത്.

എന്റെ നാസാരന്ധ്രങ്ങൾ
ആരും പഞ്ഞിവച്ചടയ്ക്കരുത്
അവൾ വരാതിരിക്കില്ല
അവളുടെ ഗന്ധമാണ്
അതിൽ അവസാനമായി
കയറിയിറങ്ങേണ്ടത്.

പ്രണയം തിന്നു മരിച്ച എനിക്ക്
ആരും വായ്ക്കരി ഇടരുത്
നിർബ്ബന്ധമാണെങ്കിൽ
മുള്ളുമാറ്റാത്ത ഒരു റോസാപ്പൂ
എന്റെ ചുണ്ടിനടുത്തുവച്ചോളൂ.

എന്നെയാരും വെള്ളപുതപ്പിക്കരുത്
അവൾക്കിഷ്ടപ്പെട്ട നിറം,
അതു ചുവപ്പായിരുന്നല്ലോ
ചെങ്കൊടിത്തണലിൽ വച്ചാണ്
ഞങ്ങളാദ്യമായി കണ്ടത്;
ചുവപ്പേ എന്നെ പുതപ്പിക്കാവൂ.
    വരാന്തയിലേ എന്നെ കിടത്താവൂ
    ഒരുപക്ഷേ, അകത്തേക്കവളേ
    ആരും കടത്തിവിട്ടില്ലെങ്കിലോ
കറന്റു വച്ചോ വിറകുവച്ചോ
എന്നെ ചുട്ടുകളയരുത്
അവസാനമായി
അവളെന്നെ പുണരുമ്പോൾ
(ആരുമവളെ തടയരുത്)
അവളുടെ ഒരു മുടിയിഴ
എന്റെ നെറ്റിമേൽ പതിക്കും
അതാരും എടുത്തുമാറ്ററുത്
കുഴിമാടത്തിൽ
അതെന്റെ ശുഭ്രമായ തലയോട്ടിയെ
പുണർന്നുകിടക്കും

കോടാനുകോടിവർഷം
ഞങ്ങളൊത്തു ജീവിക്കും
മണ്ണുതുരന്നെത്തുന്ന
സുഷിരങ്ങളിലൂടെ
ഞങ്ങൾ ആകാശത്തെ കാണും
വെൺമേഘങ്ങളെ കുതിരകളാക്കി
ഞങ്ങൾ സവാരിനടത്തും
അപ്പോഴും ഭൂമിയിൽ
കവികൾ പാടും
ഞങ്ങളുടെ പ്രണയത്തെപ്പറ്റി-
നടക്കാതെ പോയ ഞങ്ങളുടെ
കുഞ്ഞു സ്വപ്നങ്ങളെപ്പറ്റി.

പേരില്ലാക്കാലം

പേരില്ലാക്കാലം വരുന്നുണ്ടേ - ഒരു
പേരിലെന്തിത്രയിരിക്കുന്നു
നമ്പരു ധാരാളമായിടുമ്പോൾ
പേരുകളെന്തിനു വേറെ വേണം
    കുഞ്ഞായിരുന്നൊരു കാലത്തെന്നെ
    കുഞ്ഞുകുഞ്ഞെന്നു വിളിച്ചമ്മൂമ്മ

പിച്ചവയ്ക്കാനായ് തുടങ്ങിയപ്പോൾ
കൊച്ചെന്നു നാട്ടാർ വിളി തുടങ്ങി
പിന്നെന്നെ ജാതിപ്പേർ കൂട്ടിയായി
നാലാളു കൂടുന്ന നാട്ടിടത്തിൽ
ജാതി മറയ്ക്കാൻ മതം തന്നെ മാറീട്ടും
ജാതി ചേർത്തത്രെ വിളിപ്പൂ ലോകം
ജാതി പലതെന്നു വന്നതിനാൽ
ജാതിസമുദായസംഘം വന്നു
പിള്ള പണിക്കർ കുറുപ്പു നായർ
എല്ലാമേ ഒന്നെന്ന വാദം വന്നു.
ജാതിതൻ ഭേദം മറയ്ക്കുവാനായ്
വന്നവരും പുതുജാതിയായി
ആണിനും പെണ്ണിനും ജാതിവാലിൻ
തൂവലണിയും സവർണ്ണവർഗ്ഗം
പേരുചോദിച്ചാലോ ജാതി ചൊല്ലും
കാലമിതത്രേ പിറന്നിടുന്നു
ജാതിതിരിച്ചും മതം തിരിച്ചും
നാനാ ശ്മശാനങ്ങൾ വന്നു നാട്ടിൽ
ചത്താലും തീരില്ല എന്നുവന്നു
ജാതിമതത്തിൻ പിശാചുബാധ
പേരിതു വേണ്ടെ,ന്റെ ജാതി മാത്രം
പോരുമെന്നുള്ളൊരു കാലമാണോ?
പേരുപോയ് നമ്പർ വരുന്ന കാലം
ഏറെ വിദൂരമല്ലെന്നതോർക്ക
നമ്പർ ഡിജിറ്റലായ് കെട്ടിത്തൂക്കി
എല്ലാരുമെത്തുന്ന കാലം വരും
പേരില്ലാലോകത്തെ കൊച്ചുമക്കൾ
ജാതിയില്ലാതെ മതമില്ലാതെ
കൈകോർത്തു നീങ്ങുന്ന സ്വപ്നകാലം
മാനവമൈത്രി വിലസും കാലം.

താണ്ഡവം

"കഞ്ഞിക്കും പുഴുക്കിനും നല്ല സ്വാദ്"
ഏമ്പക്കം വിട്ടുകൊണ്ട്
കണ്ണനും തോമസും ഉസ്മാനും
പരസ്പരം കണ്ണിറുക്കി ചിരിച്ചു
അപ്പോഴും കൊച്ചെറുക്കൻ
കഞ്ഞി മോന്തുകയായിരുന്നു
മലവെള്ളത്തിൽപ്പെട്ട കാലികളെ
കുന്നിൻമുകളിൽ കെട്ടിയിട്ടശേഷം
വൈകിയാണല്ലോ അവൻ വന്നത്
    പള്ളിക്കൂടം ബെഞ്ചിന് പല പൊക്കം
    ചേർത്തിട്ടാലും കിടക്കാൻ വയ്യ
    തറ ഒച്ചിന്റെ പുറം പോലെ
    പാർട്ടി സെക്രട്ടറി തന്നത് മൂന്നു പായ
    വില്ലേജാഫീസർ കൈമലർത്തി
    ഗോഡൗണിൽനിന്ന് അരിയും പയറും
    എത്തിച്ചതിന്റെ ക്ഷീണത്തിലാണയാൾ
    നിസ്കാരപ്പായ ഒഴുകിപ്പോയ
    വിഷമത്തിലായിരുന്നു ഉസ്മാൻ
    "പ്രാർത്ഥിക്കാൻ ഒരു മെഴുകുതിരി..."
    തോമസ് പിറുപിറുത്തു
    അച്ഛന്റെ ആണ്ടുബലി മുടങ്ങിപ്പോയ
    സങ്കടത്തിലായിരുന്നു കണ്ണൻ
    "ബീഡി ഉണ്ടായിരുന്നെങ്കിൽ ആരോടെങ്കിലും

ഒരു തീപ്പെട്ടി ചോദിക്കാമായിരുന്നു."
കൊച്ചെറുക്കൻ മനസ്സിൽ പറഞ്ഞു
കഞ്ഞി പാത്രം പരസ്പരം മാറിപ്പോയത്
അവർ കണ്ടില്ലെന്നു നടിച്ചു
ബലിത്തറ പ്രളയത്തിൽ മുങ്ങി
നിസ്കാരപ്പള്ളിയിൽ
മുട്ടറ്റം വെള്ളം കയറി
കൊടുങ്കാറ്റിൽ കുരിശുപള്ളിക്ക്
തലയുയർത്തി നില്ക്കാനായില്ല
കാട്ടുമരം കടപുഴകി കൊച്ചെറുക്കന്റെ
കുടിൽ നിലം പൊത്തി
പുറത്ത് ഏകദൈവം
താണ്ഡവമാടുമ്പോൾ
ചേർത്തിട്ട മൂന്നു പായയിൽ
നാലുപേരും നല്ലനാളയെ സ്വപ്നം കണ്ടു
സുഖമായുറങ്ങി.

സംസ്കൃതിക്കൊപ്പം

ഭഗ്നമാം ഭവനത്തിൽ
തൂലികചലിച്ചപ്പോൾ
കന്യക, ബലാബലം
ദർശനം നമുക്കേകി
അനുരഞ്ജനത്തിന്റെ
മുടക്കുമുതലിനാൽ
അഴിമുഖത്തേക്കായ് നീങ്ങി
കൈരളിക്കഥ വീണ്ടും
നമ്മുടെ ആഘോഷങ്ങൾ
ബിന്ദുക്കളായില്ലല്ലോ
ചെങ്കോലാൽ മരവുരി
സമ്പൂർണ്ണമീ ജീവിതം
ഭാവദർപ്പണത്തിന്റെ
ഇരുളും വെളിച്ചവും
മൗലികാവകാശങ്ങൾ പോയ്
സീതതൻ പരിത്യാഗം
കുടത്തിലൊളിപ്പിച്ച
വിളക്കു വഴികാട്ടി-
ത്തരുമോ നമുക്കൊരു
ദൂരമാം മരുപ്പച്ച
സ്വപ്നനാടകമത്രേ

പ്രൊഫ. എൻ കൃഷ്ണപിള്ള സ്മാരകപതിപ്പിലേക്ക് അദ്ദേഹത്തിന്റെ കൃതികൾ കൂട്ടിച്ചേർത്തെഴുതിയത്.

എത്ര ദുഃഖമയം ലോകം
ഭാഷണം ഭേദമാകുന്നൂ
പ്രതിപാത്രങ്ങൾ കാൺകെ
അനുഭവങ്ങൾ തന്നെ
അഭിമതങ്ങളുമാകാം
അകപ്പൊരുളുകൾ തേടും
പ്രിയമാം സ്മരണകൾ
കുനാങ്കുരക്കായ്ത്തീരും
ഇത്തിൾക്കണ്ണികളുടെ
അടിവേരുകൾ തേടും
നാടകസ്മരണകൾ
കാളിതൻ ദാസൻ മുതൽ
ഒ എൻ വി കവി വരെ
എത്രയോ പഠനങ്ങൾ
പ്രൊഫസർ നമുക്കേകി
സാഹിതിയുടെ നിത്യ-
ഭക്തനാം കൃഷ്ണപിള്ള
സംസ്കൃതിക്കൊപ്പം നില്ക്കും
കല്പാന്തകാലം വരെ.

വനിതാമതിൽ

മതിലുകളുയരട്ടെ, മനുഷ്യ
മതിലുകളുയരട്ടെ
മതികെട്ടോടും 'മാന്യ'ന്മാരുടെ
മദമതുതീർത്തിടാൻ
മതിലുകളുയരട്ടെ മഹിളാ
മതിലുകളുയരട്ടെ
മനസ്സിലൂറും വിരുദ്ധചിന്തകൾ
മാറിപ്പോകട്ടെ
മാനവമോചനപോരാട്ടത്തിൽ
മഹിളകളൊന്നായി
മനസ്സുവച്ചാൽ നമുക്കുപണിയാം
മധുരോദാരം പുതുലോകം
മാതൃത്വത്തിൽ മഹിമകൾപൂക്കും
മനുഷ്യസ്നേഹത്തിൻ
മഹത്വമാർന്നൊരു വീഥിയിലൂടെ
മഹിളകളൊന്നായ് മുന്നേറും
മാറും ലോകം, മാറും നമ്മൾ
മാറ്റിപ്പണിയും പുതുലോകം
മഞ്ജുളമാമീ പുതുവർഷത്തിൽ
മാനിനിമാരൊരു മനസ്സാകും
മിന്നും സൂര്യനുദിക്കും, ജനുവരി
മാറ്റത്തിൻ പുതുകിരണങ്ങൾ
മാനത്തെങ്ങും മണമുയരട്ടെ

മാനവഹൃദയം പൂത്തുലയട്ടെ
മതമില്ലിവിടെ ജാതിയുമില്ല
മനുഷ്യനൊന്നാണേ
മഹിളകളൊന്നായ് ആണ്ടുപിറപ്പിനു
മാറ്റിപ്പണിയും പുതുലോകം
വരിക വരിക നമ്മളൊന്നായ്
ഒരുമയോടെ നീങ്ങിടാം
പുതിയ ലോകനിർമ്മിതിക്കായ്
അണിയണിയായ് ചേർന്നിടാം.

മരണമൊഴി

അല്ല, നീ, കൂലിക്കാര-
നെങ്കിലും പറഞ്ഞോട്ടെ,
എന്റെ കീശയിലുള്ള
നോട്ടു നീയെടുത്തോളൂ
അന്ത്യസ്നാനത്തിൻ ശേഷം
പെട്ടിയിൽ ശേഷിക്കുന്ന
കോടിയും കുപ്പായവും
ധരിപ്പിക്കണമെന്നെ
അവൾതന്നഭിലാഷ-
മായിരുന്നവ ചാർത്തി
താൻ വച്ചൊരന്നം കൊണ്ടു
ഞങ്ങൾ തൻ പശിയാറ്റാൻ
ഒന്നുമേ കഴിഞ്ഞില്ല
വ്യർത്ഥജീവിതത്തിന്റെ
ഭാഗ്യനിർഭാഗ്യങ്ങളിൽ
സ്ഥിരമായ് തോല്ക്കുന്നവർ
കോടിമുണ്ടതു കീറി
കോന്തലയെടുത്തെന്റെ
കൈ, കാലിൻ വിരലുകൾ
ഒക്കെയും ബന്ധിക്കണം
പോവതങ്ങനെവേണം
അവൾ തന്നൊരു വസ്ത്ര-
നൂലിനാൽ പൊതിഞ്ഞാവാ-

മന്ത്യയാത്രയുമിനി
നീയൊരു കൂലിക്കാര-
നാകില്ലെന്നിരിക്കിലും
ഭാവുകം നിനക്കെന്റെ
യന്ത്യമാം യാമങ്ങളിൽ.

നഖങ്ങൾ വളരുമ്പോൾ

എത്ര വേഗമാണ്
നഖങ്ങൾ വളരുന്നത്
നഖംവെട്ടി മാറ്റുമ്പോഴേക്കും
അതാ അവ വീണ്ടും വളർന്നുകഴിഞ്ഞു
അതെന്നെത്തന്നെ കുത്തിനോവിക്കുന്നു.
നാട്ടിലിറങ്ങിയാൽ നാലുപാടും
നഖങ്ങൾ തന്നെയാണ്; അവ
പരസ്പരം കുത്തിമലർത്താൻ
വളർന്നുകൊണ്ടേയിരിക്കുന്നു
ഒന്ന്, രണ്ട്, മൂന്ന്... ഇല്ല
അവ എണ്ണിത്തീർക്കാനാവുന്നില്ല
പിന്നീടാണ്, നഖങ്ങൾ
സംഘം ചേരാൻ തുടങ്ങിയത്
വിവിധതരം നഖച്ഛായങ്ങൾ വന്ന്
അവയെ ചേരികളിലാക്കി
ഇപ്പോൾ, ചേരി തിരിഞ്ഞാണവർ
പോരടിക്കുന്നത്, ചോര വീഴ്ത്തുന്നത്
രാകിമിനുക്കി
വാർണീഷുതേച്ച്
ചായമിട്ടപ്പോഴാണ്
ഞാനെന്റെ നഖങ്ങളെ
സ്നേഹിക്കാൻ തുടങ്ങിയത്
എൻനഖം, അതു പൊൻനഖം

നാട്ടാരുടെ നഖം
അതെന്തു ബീഭത്സം!
അവരെന്തേ അതു
വെട്ടിക്കളയുന്നില്ല
എത്ര വേഗമാണ്
അവരുടെ നഖങ്ങൾ
വളരുന്നത്, നാട്ടിലെമ്പാടും.

കലേഷിന്റെ മക്കൾ

"അമ്മത്തൊട്ടിൽ?"
ഞാനതേപ്പറ്റി കേട്ടിട്ടുപോലുമില്ല
എന്റെ മക്കൾ
ഞാനവരെ ഉപേക്ഷിക്കുകയോ?
ഇല്ല, ഒരിക്കലുമില്ല.
വീടകന്ന്
നാടകന്ന്
തെരുവകന്ന്
ആരുടെയെങ്കിലും മക്കളായി
അവർ വളരുന്നത്
ഞാനെങ്ങനെ സഹിക്കും,
അതിൽഭേദം
വെളിച്ചംകാണാതെ
ലോകമറിയാതെ, അവർ
ഒടുങ്ങുന്നതാണെനിക്കിഷ്ടം
പുറത്തുപോയ അവളെ
കണ്ണിളക്കി
ചിരിയിളക്കി
ചൊല്ലിയാട്ടച്ചേലിളക്കി
തട്ടിക്കൊണ്ടുപോവുകയായിരുന്നു
അതും, ഒരദ്ധ്യാപിക
നാടറിഞ്ഞു

(എസ് കലേഷിന്റെ കവിത മോഷ്ടിച്ച് പ്രസിദ്ധീകരിക്കപ്പെട്ട പശ്ചാത്തലത്തിൽ)

നാട്ടാരാകെയറിഞ്ഞു
നാട്ടിൽ പാട്ടായപ്പോഴേ
ഞാനറിഞ്ഞുള്ളൂ.
പിതൃത്വം ചോദ്യം ചെയ്യപ്പെട്ട
എന്റെ മകൾ
അതു ഞാൻ, എന്നു തെളിയിക്കേണ്ട
ഒരു പിതാവിന്റെ പങ്കപ്പാട്
നിങ്ങൾ അനുഭവിച്ചിട്ടുണ്ടോ?
കൊള്ളമുതൽ വഴിയിലെറിഞ്ഞാൽ
കുറ്റമല്ലാതാകുമോ?
മോഷണമല്ലാതാകുമോ?
ഇനിയവർ
ആരേയും പഠിപ്പിക്കരുത്
അതാവണം കുറഞ്ഞ ശിക്ഷ
അതുവരെ എന്റെ മകൾ
അനാഥയായി തുടരട്ടെ.

കേരള പാഠാവലി
പേജ് 7

എ
എലി

എലി എന്ന് എഴുതിയാണ് നിങ്ങൾ
എ എന്ന അക്ഷരം പഠിച്ചത്
എന്റെ എന്റേതുമാത്രം
എനിക്ക്, എനിക്കുള്ളത്
എന്നെന്നും ഏൻ എജമാൻ തന്നെ

എക്കാലവും എന്നെ എടുത്തുയർത്താൻ
എത്ര എത്ര 'എ'കൾ
എത്രയായാലും എരിഞ്ഞു തീരില്ല
എപ്പോഴും എമ്പാടും
എരിപൊരി കൊള്ളുന്ന 'എ'കൾ

എന്നാൽ ഒരിക്കൽ കാലം
എന്നോടും നിങ്ങളോടും പറയും
എലിയായ് വന്നു ഞാൻ
എല്ലാം കരണ്ടു തീർക്കുമെന്ന്.
എപ്പടി?

ဇ ဇ ဇ

വട്ടവട

അവനായിരുന്നു, ഞാൻ
പേരുരണ്ടെങ്കിലും.....
അവനായിരുന്നു ഞാൻ
ഉള്ളിയും കാരറ്റുമെല്ലാം വിളയിച്ചു
നാടിനെ ഊട്ടിക്കഴിഞ്ഞ ബാല്യം
ഇല്ലാത്ത കോലായിൽ
മെടയാത്തൊരോലമേൽ
നെയ്യാത്തൊരാട
പുതുച്ചുറങ്ങുന്നവൻ
പത്തിലും തോറ്റഞാൻ

പട്ടിണി,യുണ്ടെന്റെ പാടവരമ്പിൽ
പതുങ്ങിക്കിടക്കവേ
പത്തു, പന്ത്രണ്ടിൻ
കടമ്പകടക്കുവാൻ
പോയതനാഥർതൻ
ശാല'യിലേക്കവൻ
നിറവയർക്കഞ്ഞിക്കും
നിരനിരപ്പായയ്ക്കും
ക്യൂവിലൊന്നാമനായി
പന്ത്രണ്ടും പോക്കിയോൻ
നാട്ടിലെങ്ങും കടം
കേറിയെന്നാകിലും
അപ്പനവനുമായ്
ചെന്നു മഹാരാജാസ്സിൽ
അപ്പനോർത്തവിടെയും
കാണു, മനാഥർക്ക്
ദാനമായി കഞ്ഞി പകരുന്ന പാത്രങ്ങൾ
ഇല്ല, കറണ്ടില്ല
കഞ്ഞിയും പായയും
ഹോസ്റ്റലിൽ 'ദാരിദ്ര്യ-
പ്പൂച്ചയുറങ്ങുന്നു
വല്യോരുമക്കൾതൻ
ചോറ്റുപാത്രത്തിലെ
മിച്ച,മമൃതുണ്ടൊ-
രുച്ചനേരങ്ങളും
കൈമാറിവന്ന
പൊതികൾ സൂക്ഷിച്ചവൻ
അത്താഴമായും
പശിയടക്കിപ്പോന്നു
– – – – – – – – –
ക്ലാസുവിട്ട് അവൻ പോയത്
ഹോട്ടലിന്റെ പിൻവാതിൽതേടി
മോറിമാറ്റാനായി
മലപോലെ എച്ചിൽപ്പാത്രങ്ങൾ....

പണിനടക്കും ഫ്ളാറ്റിൽ
പണിയാളനായ രാത്രികൾ
പുലർച്ചെ തീവെളിച്ചവുമായി

1. അഭിമന്യു +2 പഠിച്ച ആലുവയിലെ അനാഥാലയം.

ഇന്റർ സിറ്റി കടന്നുപോയ
ഇരുൾപാളം മുറിച്ചു കടന്ന്
തിരികെ ഹോസ്റ്റലിൽ
ഉടുമുണ്ട് തിരുമ്മിയിട്ട്
പഴയതെടുത്തുടുത്ത്
കാന്റീനിലും ഹോസ്റ്റലിലും
ഒരവധികൂടി പറഞ്ഞ്
ക്ലാസിൽ ആദ്യമെത്തിയതവൻ
ഇമചിമ്മാതെ
'രസതന്ത്രം'[2] കോരിക്കുടിച്ച്
അവൻ പശിതീർത്തു.
തിരികെ ഹോട്ടലിലേയ്ക്ക് പോകുംവഴി
താനെഴുതിയ ചുവരിനെ
ഒന്നുകൂടി തലോടി
"സ്വാതന്ത്ര്യം, ജനാധിപത്യം...."
ബാക്കി, രാത്രി തിരിച്ചുവന്നെഴുതാം.
- - - - - - - - - - - - - -
അവനറിഞ്ഞില്ല
മുഴുമിക്കാത്ത ആ ചുമരിന്മേൽ
തന്റെ ഹൃദയരക്തം തെറിക്കാനിനി
മണിക്കൂറുകളേ ശേഷിക്കുന്നുള്ളു എന്ന്
- - - - - - -
അപ്പനൊരുകുപ്പി ചുമമരുന്ന്
അമ്മയ്ക്കൊരു തുടം കുഴമ്പ്
പാട്ടിക്കൊരു ചിന്നി മുക്കുട്ട്
അനിയത്തിക്കൊരു പാവാട
നാട്ടിലേയ്ക്കൊരു നല്ലവഴി
അതിലൂടെ ഒരു സ്റ്റേറ്റുബസ്
മുക്കിലൊരു വായനശാല
മൊട്ടക്കുസീനും തക്കാളിക്കും
കാരറ്റിനും നല്ലവില.....
നിറമുള്ള സ്വപ്നങ്ങൾ
- - - - - - - - - - - - -
നിരങ്ങിനീങ്ങുന്നു പാണ്ടിലോറി
നിറയെ പച്ചക്കറിച്ചാക്കുകൾ
അതുക്കും മേലെ കിടന്ന്
നക്ഷത്രങ്ങൾ എണ്ണി
പാതിവയറുമായി

2. ബി എസ് സി ക്ലാസിൽ കെമിസ്ട്രിയായിരുന്നു അഭിമന്യുവിന്റെ ഐച്ഛികവിഷയം.

വട്ടവടയ്ക്ക് റ്റാറ്റാ പറഞ്ഞ്
പടികടന്നുപോയവൻ
ഇതാ പതിവിലും നേരത്തെ,
കിടന്നുതന്നെ തിരികെ
സദാപ്രകാശം പൊഴിച്ചിരുന്ന കണ്ണുകൾ
തിരുമ്മിയടയ്ക്കപ്പെട്ട്
വജ്രത്തിളക്കമുള്ള പല്ലുകൾ
ബാൻഡേജിനാൽ ബന്ധിക്കപ്പെട്ട്
ഉണരാത്ത ഉറക്കം
ഉറങ്ങി.... ഉറങ്ങി...

ഇനിയവൻ രക്തസാക്ഷി
ആയിരം നക്ഷത്രങ്ങളിലൂടെ
പതിനായിരം ചുവരുകൾ നിറഞ്ഞ്
ലക്ഷങ്ങളുടെ മനസ്സിൽപതിഞ്ഞ്
കോടികൾക്കാവേശമായി
അവൻ പുനർജനിക്കും....
അവനാണ് രക്തസാക്ഷി

ഇവിടെ വട്ടവടയിൽ
ഇതൊരുപൊള്ളുന്ന മഞ്ഞുകാലം
തിളയ്ക്കുന്നൊരു മഴക്കാലം
കണ്ണുമഞ്ചുന്ന പാതിരാവ്
ഇതൊരു രക്തസാക്ഷിനാട്
അഭിമന്യുവിന്റെ
അന്ത്യവിശ്രമസ്ഥലം

ക്യാമ്പസ്

ഇതു പാളയം, നിന്റെ
പദധൂളി പൊടിപാറി
നിറമാർന്ന പകലുകൾ, നിന്റെ
ശ്വാസാനിശ്വാസങ്ങളുലയൂതി
ചുടുവാതമുയരുന്ന തെരുവുകൾ
മൗനം തഴുതിട്ട ചുണ്ടുകൾ, നെഞ്ചിന്റെ-
യുള്ളിൽ കുരുങ്ങും പ്രണയത്തുരുത്തുകൾ
വാക്കുകൾ തോൽക്കുന്ന നോക്കുകൾ
നീറ്റിലെ നീളും വരകളായ്
മാറും കിനാവുകൾ
പേന തൻ തുമ്പിൽ നി-
ന്നടരാത്ത കത്തുകൾ
കൈമാറിടാതെ
മടക്കുമപേക്ഷകൾ
വായനതീണ്ടാത്ത ഗ്രന്ഥപ്പുരകൾ, ഒന്നു-
മെഴുതാതിറങ്ങും പരീക്ഷകൾ, ചുമ്മാ-
തിളവേറ്റുറങ്ങും തണലുകൾ
നീളും നിഴലുകൾ
ഇതു പാളയം
നിന്റെ ഹൃദയം തുടിക്കു-
മശാന്തിതൻ പുന്നിലം...
ഇതു പാളയം.

തുയിലുണരുക

ദയ കാട്ടുക, കനിവിൻ
കണിക പ്രതീക്ഷിച്ചെഴുതുന്നൂ ഞാൻ
കരളിലൊതുങ്ങാ പ്രേമം
കരയിൽ നദിയായ് പായുന്നു.
കനിവേകുക, കമിനി, നിൻ പേരിൽ
കവിത കുറിക്കുന്നൂ ഞാൻ
നെടുനാളായ് മോഹം മനസ്സിൽ
നെടുതായ് മുറ്റി വളർന്നു.
കടുകാണെങ്കിലതിന്നാരും
കാണാമറയത്തെറിയാം
കാഞ്ഞിരമായി വളർന്നൂ, പിന്നത്
മധുരാലസ്യത്തിൻ മധുവിതറി
കനിവേകുക, കമിനി, കനിവിൻ
കണികപ്രതീക്ഷിച്ചെഴുതുന്നൂ ഞാൻ

പാടുക നീ എന്നുടെ ഗാനം-കണ്ണിൽ
പേറുക നീ എന്റെ വിഷാദം
കത്തുക, കണ്ണിൽ കർപ്പൂരത്തിരി
കനലെരിയും കരളിൽ നിനവായ്
പുലരിയിൽ നീ മാറ്റുക ലാസ്യം
പുതു നീരീറനണിഞ്ഞിനിയെത്തുക
നിർമ്മാല്യം കണ്ടു തൊഴാനായ്
നീരദരാവിലുറങ്ങുന്നൂ ഞാൻ.

ലയം

ഗോപുരം കടന്നെത്തും
ശംഖ നാദത്തോടൊപ്പം
പെരുമീൻ* വിരിയിക്കും
നേരിയ പ്രഭയൊപ്പം
പനിനീർ പൂവിൻ ചുണ്ടി-
ലുതിരും തുഷാരത്തി-
ലീറനായ് കുളികഴി-
ഞ്ഞെത്തുന്നൊരുഷസ്സൊപ്പം
ചന്ദനമണം പേറും
കുളിർ തെന്നലിന്നൊപ്പം
കസ്തൂരി മണം ചിന്നും
യാമിനി നീ പോകുമ്പോൾ
ശൂന്യമാമെൻ കൈവീശി
യാത്ര ഞാൻ പറയുന്നു
നീയെന്നിലേല്പിച്ചൊരാ-
മധുരോന്മാദം നൊട്ടി-
നുണയും നേരം, നിന്റെ
പ്രകൃതം മനോഹരം
വിടരും ഹർഷോന്മാദം
ഒരിക്കൽക്കൂടി എന്റെ
സ്മൃതിയിൽ തങ്ങി നിന്നു
വിരിയും വികാരത്തി-
ലലിയട്ടെ ഞാൻ, നിന്നോ-
ടൊത്തു ചേരുവാൻ വേണ്ടി.

---

* പെരുമീൻ – ഒരു പുലർകാല നക്ഷത്രം

ആരാണ് ഇര?

നർമ്മോക്തികൾക്ക് മൂർച്ച കൂടിയപ്പോൾ
പ്രിയതമ പറഞ്ഞു. "ഇരയ്ക്ക് നോവും."
"നേരാണല്ലോ." ഞാൻ ഓർത്തു
പരിഹസിക്കുന്നവൻ അറിയുന്നില്ല.
പരിഹസിക്കപ്പെടുന്നവന്റെ ദുഃഖം.
തുടക്കം എന്നായിരുന്നു?
ഉടമ അറിഞ്ഞില്ല.
അടിമയുടെ നോവുകൾ
പോർക്കാളയുടെ കൊമ്പിൽ
പിടയുന്നവന്റെ പ്രാണവേദന
ആർത്തലയ്ക്കുന്ന കാണികൾ
അറിഞ്ഞതേയില്ല.
പുണ്ണിൽ കൊത്തിവലിക്കുമ്പോൾ
ചാട്ടത്തുമ്പുപോലുമറിയുന്നില്ല.
എന്താണ് താൻ ചെയ്യുന്നതെന്ന്.
പറയുന്നവനോർക്കുക
ഹാസം പരിഹാസമോ
പരഹാസമോ ആവരുതെന്ന്
തെറ്റായ ഓരോ വാക്കും
ഹൃദയങ്ങളെ കീറിമുറിച്ചെന്നുവരാം
അസ്ത്രസമാനം ഓരോ വാക്കയക്കുമ്പോഴും
ഓർക്കുക: അതെന്തു ധർമ്മമാണ്

നിർവ്വഹിക്കാൻ പോകുന്നതെന്ന്.
അതെ, ഇരയ്ക്ക് നോവും
പ്രാണൻ പിടയുന്ന നോവ്
ഓർക്കുക; നീയും നാളെ
ഒരു ഇര ആയേക്കാമെന്ന്.

എലിയും പൂച്ചയും

മാർജ്ജാരനുറങ്ങുന്നോ?
കണ്ണടച്ചിരിപ്പാണ്!
കളിയിന്നെക്കാലവും
തുടരുന്നിതേപോലെ
*   *   *   *

ലോകരെ ഭയന്നു ഞാൻ
ഒളിച്ചെൻ മാളത്തിങ്കൽ
അയുതം വർഷം തപം
ചെയ്തു ഞാനതിനുള്ളിൽ
അങ്ങിനെയിരിക്കവെ
കേട്ടു ഞാൻ മൃദുസ്വനം
'വരിക പുറത്തു നീ
വാത്മീകം പൊളിച്ചിപ്പോൾ'
പണ്ടെന്നെപ്പലവട്ടം
വേട്ടയാടിയ ഘോര-
ദംഷ്ട്രങ്ങളോർത്തെന്നുള്ളം
പിന്നെയും നടുങ്ങവെ
ഉള്ളിലും പിന്നെപ്പിന്നെ
അല്പാല്പം പുറത്തുമായ്
ഞാനതു മന്ത്രിക്കവെ
എങ്ങിനെ കേട്ടു നീയും
ഇല്ലെ'ന്റെ ദൗർബല്യവും
ശക്തിയുമൊന്നെന്ന പോൽ

ഉള്ളാലെ അകം കൊണ്ടു
സ്വീകരിക്കുവാൻ പോരും
എന്നതുമുന്നേ തന്നെ
കണ്ടറിഞ്ഞതിനാലേ
'ഇല്ല ഞാൻ പുറത്തേ'ക്കെ
ന്നെടുത്തു വ്രതനിഷ്ഠ
നിഷ്ഠുരമാമീ ലോകം
കാൺമതില്ലൊരിക്കലും
ഉള്ളിലെ പൊള്ളും സത്യ-
മിങ്ങിനെ ചിരിക്കുമ്പോൾ
പിന്നെയെന്തിനു വീണ്ടും
ഈ ക്ഷമ, പരീക്ഷകൾ
ഒക്കെ ഞാൻ വേണ്ടെന്നെത്ര
നേരത്തെ നിനച്ചതാം
പണ്ടു പണ്ടേക്കെന്റെ
ചെറുതാം പരീക്ഷകൾ
ഏല്പിച്ച നോവിൻ മുറി-
പ്പാടുകളിന്നും ജൈവം
പിന്നെയുമൊരു പരീ-
ക്ഷണത്തിന്നാളല്ല ഞാൻ
പാതിയും വെന്തുപോയ
മുഖവും മനസ്സുമായ്
നഗ്നപാദനായ് വഴി-
യോരത്തുനിലകൊൾകേ
'ഇല്ല' ഞാനില്ലെൻ തോഴീ.
പുതുതാം പരീക്ഷണം;
ഒക്കെയും വൈകിപ്പോയീ
ഇനി ക്ഷണമാത്രയേ ഉള്ളൂ.
പിന്നെയും നീയോതിനാൾ,
'ആരുമില്ലെനിക്കു, നീ-
പുറത്തേക്കെത്തീടുകീ-
വാനവും ഭൂവും നിത്യ-
സ്വർഗ്ഗമായ് തീർക്കാം, നമു
ക്കീവിധം പേർത്തും പേർത്തും
പിന്നെയും നീ കേണപ്പോൾ
പതറിപ്പോയീ ഞാനെൻ
വ്രതവും മറന്നുപോയ്
പുറത്തു വന്നോരെന്നെ
സ്നേഹവാക്കുകളാലും

സൂക്ഷ്മ സ്വാന്ത സ്പർശ-
മന്ത്രജാലങ്ങൾ കൊണ്ടും
മറ്റൊരു ലോകത്തെത്തി-
ച്ചോർത്തു ഞാനിതേ വരെ
കണ്ടൊരു സ്വപ്നലോക-
മിന്നിതാ കരഗത-
മാകുന്ന നേരം വന്നു?
നിമിഷാർദ്ധങ്ങൾ കൊണ്ടു
സ്വപ്നവും മൂന്നാകവും
തീർക്കുന്ന മർത്ത്യന്നുണ്ടോ
സത്യമിതറിയുന്നു?

ഒക്കെയും സ്വപ്നം! പിന്നെ,
കാണുന്ന സമയത്തെ
വ്യർത്ഥസന്തോഷത്തിൻ മേലെ
ഇല്ലൊന്നും ജഗത്തിങ്കൽ.
ദുഃഖങ്ങൾ വിതയ്ക്കുന്നൂ
മനുജൻ സ്വന്തം ഹൃത്തിൽ
ഒക്കെയും കൂട്ടിക്കൊയ്തു
സൂക്ഷിപ്പൂ അന്യർക്കായി:

എൻ തോഴി പുറത്തെന്നെ
കൈകോർത്തു കൂട്ടിക്കൊണ്ടു
പോയിളം പുൽനാമ്പുകൾ
ആവോളം ഭുജിപ്പിച്ചു;
പിന്നെയാ തെളിനീറ്റിൽ
ദാഹവും തീർത്തു, സ്വച്ഛ-
സാന്ദ്രമാം ജലാശയേ
രാസക്രീഡയും ചെയ്തു
'വന്നിതേ മമസ്വർഗ്ഗം'
പേർത്തും ഞാൻ സന്തോഷിച്ചു
ദീർഘനാളനുഷ്ഠിച്ച
തപസ്സിൻ ഫലമോയിത്?
ഒക്കെയെന്നോർത്തേനല്പ-
മിളവേൽക്കവേ കണ്ടൂ
ചുറ്റുമായ് വാനം ശോണം
വല്ലാതെ തുടുക്കുന്നു
ഇന്നോളം സൗമ്യമാ-
യിരുന്ന കൺകോണുകൾ
മെല്ലവേ ചുവപ്പിച്ചു.
നോക്കുന്നാരെൻ മാംസത്തിൽ?
നീ മാത്രമല്ല, നിന്റെ

കൂടെയുണ്ടക്ഷൗഹിണി-
തീർത്തുമീ നിസ്സഹായ-
നെന്റെ മേൽ പതിക്കുവാൻ.
തേനൂറും നാവും ചുണ്ടും
ദംഷ്ട്രങ്ങളൊളിപ്പിക്കും
ശേവുകപ്പണിയാണോ
ചെയ്ത, തീ കാലത്തോളം?
മധുരോദാരം സ്നേഹ-
മന്ത്രങ്ങൾ ജപിച്ചെന്നെ-
പുറത്തു വരുത്തിയ-
തിക്കൊടും ചതിക്കെന്നോ?

ഗണനായകൻ തന്റെ
വാഹനമാണന്നത്രെ
പലനാളായീ ജനം
വാഴ്ത്തിയെന്നതു മിച്ചം.
ഒക്കെയും വെറും സ്വപ്ന
സങ്കല്പമെന്നല്ലാതെ
എന്തു ഞാൻ നിനക്കേണ്ടൂ
ഈ അർദ്ധനിമേഷത്തിൽ
ചുറ്റുമുള്ളാക്രോശത്തിൽ
നടുങ്ങി വിറകൊള്ളും
കൊച്ചു മൂഷികൻ തന്റെ
ദൈന്യത്തിനെന്തേ വില?
ഒക്കെ ഞാനോർക്കുന്നിപ്പോ-
ളെന്റെയീ ജന്മംപോലും
ഒരു നീർക്കുമിളപോൽ
സ്വപ്നമായിരുന്നെങ്കിൽ

* * * *

മാർജ്ജാര തന്ത്രങ്ങളേ
ജയിപ്പൂ മണ്ണിൽ, പിന്നെ-
യാരുമേ വേഷം മാറി-
പൂച്ചയായ് വരുംകാലം
ഒക്കെ എൻ കുറ്റം, ഞാനി-
തേറ്റു ചെല്ലുന്നൂ, ലോക-
മെഴുതും വിധിന്യായം
വണങ്ങി കൈപ്പറ്റുന്നു.
അർത്ഥിപ്പതൊന്നേ മാത്രം
ചെയ്യാത്ത കുറ്റത്തിനു
മാത്രമാവരുതെനി-
ക്കേകുന്ന ശിക്ഷാവിധി.

പാണത്തി

പാടുന്നു പിന്നെയും പാണത്തി-ചുറ്റു
മാടുന്നു പട്ടിണിക്കോലങ്ങൾ
വളചേർന്ന ക്ഷീണിച്ചൊ-
രിടതു കരത്തിനാൽ
മുറുകെ വരിഞ്ഞു
പിടിക്കു മുടുക്കിനെ
ഇവൾ തന്റെ ജീവിത-
പ്പാത പോൽ ചുറ്റിനും
നെടുകെ ബന്ധിച്ചതായ്
കാണുന്നുവെങ്കിലും
തളരാത്തൊരാത്മ-
ബലത്തിന്റെ വിരൽനീട്ടി
തളിർ ചർമ്മമാകു-
മുടുക്കിലതിദ്രുതം
ഒരുവരു പലവുരു
മുട്ടി സംഗീതത്തിന്നാഴങ്ങൾ
താണ്ടിയളക്കുകയാണിവൾ.
ഇരുളാർന്ന മേനിയിൽ
ചെഞ്ചായ മോലുന്ന
കവിളിലും മിന്നുന്ന
കണ്ണിലും നാളെ തൻ
പുലരിത്തുടിപ്പിൻ

ശലാകകൾ കാൺകമെ
അവളുടെ പാട്ടു നാം
കേൾക്കുക, അന്ത്യത്തി
ലൊരു പിടിയരി
ഭിക്ഷ നല്കി മടങ്ങുക?

തടവറയിൽ ഒരു ഉണർത്തു പാട്ട്

ചക്രം ചവിട്ടുന്നു ഞാൻ
ഇച്ചെളിത്തോട്ടി-
ലിത്തിരി വെള്ളം തേകി-
യക്കരെക്കാണം വയൽ-
പ്പാടൊന്നു നനയ്ക്കുവാൻ
അടുങ്ങിക്കിടക്കുന്നെൻ
കീശയിൽ സ്വപ്നത്തിന്റെ
നൂറു വിത്തുകൾ, പാകി
മുളപ്പിക്കണം, പിന്നെ
സ്വന്തമാം വയൽപ്പാട്ടിൽ
നട്ടവ വളർത്തണം.
കായകൾ പറിക്കണം
എന്നോർത്തു മുടങ്ങാതെ
നിത്യവും ക്രമമായി
ചവുട്ടിത്തിരിക്കുന്നീ-
ചക്രപ്പാടുകൾ വേഗം.

ഓരോരോ ചക്രപ്പാടു-
പൊങ്ങിടുമ്പോഴും വെള്ളം
ചോർന്നു പോകുന്നു, പിന്നെ
ശേഷിച്ചതങ്ങെത്തുമ്പോൾ
വയലിൽ പെരുച്ചാഴി
അങ്ങിങ്ങായ് കുഴിച്ചിട്ട
മാളത്തിലൂടെ വെള്ളം

ചോർന്നു പോകുന്നു, വീണ്ടും
വന്ധ്യമായ് തുടരുന്നൂ
പാടങ്ങൾ, സ്വപ്നത്തിന്റെ
വിത്തുകൾ കീശയ്ക്കുള്ളി-
ലടുങ്ങിക്കിടക്കുന്നു.
ഒന്നു താഴുമ്പോൾ പിന്നെ
ഒന്നെന്നക്രമത്തിലെൻ
മുന്നിലേക്കുയരു ന്നീ
ചക്രപ്പാടുകൾ, അവ
ചവുട്ടിത്താഴ്ത്താൻ മാത്രം
മാത്രമാണിന്നെൻ വിധി.
ഇവിടെ പഴയതാം
പലകത്തുണ്ടിൽ കെട്ടി
വരിഞ്ഞേയിരിപ്പൂ ഞാൻ
രക്ഷ? ഇന്നതും സ്വപ്നം
ഇന്നലെ പൊൽപ്പാടത്തു
വിളയിച്ചെടുത്തൊരാ
പൊൻകതിർക്കൂട്ടം, കട്ടു
മാളത്തിലൊളിച്ചൊരാ
ചീർത്തൊരു പെരുച്ചാഴി
അതിനെ പിടിക്കണം
മാളങ്ങൾ പുകയിട്ടു
പുറത്തു ചാടിക്കണം.
പിന്നെയെൻ പാടത്തിന്റെ
മാളങ്ങളടക്കണം
ലഭ്യമാം ജലത്താലേ
സേചനം നടത്തണം
നൂറു വിത്തുകൾ പാകി
ആയിരം തൈയ്യാക്കണം
ലക്ഷങ്ങൾ വളർത്തണം
കോടിയായ് കൊയ്തീടണം
അതിന്നായ് ചക്രത്തിന്റെ
പിന്നിലെന്നരക്കെട്ടു
ബന്ധിച്ചതുടലിനെ
പൊട്ടിച്ചുമാറ്റീടണം
കാരണം, പൊരുച്ചാഴി
കണ്ണുവച്ചിരിക്കുന്നെൻ
കീശയിൽ, സ്വപ്നത്തിന്റെ
വിത്തുകൾ മോഷ്ടിക്കുവാൻ.

ഒരു പറയപ്പാട്ട്

എന്തമ്മേ ഉണരാത്തൂ
എന്തമ്മേ ഉണരാത്തൂ
തുയിൽപ്പാട്ടു പാടി ഞങ്ങൾ
തളർന്നല്ലോ തളർന്നല്ലോ

ഇന്നലെ പട്ടിണി
കിടന്നവർ ഞങ്ങളല്ലൊ
ഇന്നലെ ഉറങ്ങാതെ
കിടന്നവർ ഞങ്ങളല്ലൊ
കരിങ്കല്ലിൻ പ്രതിമയിൽ
കുടിയേറിയിരുന്നാലോ
കരയുന്ന മക്കളെ
കാണാതെയിരുന്നാലോ

എന്തമ്മെ ഉണരാത്തൂ
എന്നിട്ടു മുണരാത്തൂ
എന്തമ്മെ ഉണരാത്തൂ
വിളിച്ചിട്ടു മുണരാത്തൂ
തുടികൊട്ടിപ്പാടി ഞങ്ങൾ
വിളിച്ചിട്ടുമുണരാത്തൂ

ഇന്നലെ കട്ടവെട്ടി
ചാലുഴുതു ഞാറുനട്ടു
കനകത്തിൻ കതിർകൊയ്തു
കളം വച്ചവരാണു ഞങ്ങൾ
കാടുവെട്ടി മലയോരം

നാടാക്കി മാറ്റി ഞങ്ങൾ
നാടുകൾ പലതിലും
നഗരങ്ങൾ തീർത്തു ഞങ്ങൾ
മഴയത്തും വെയിലത്തും
മണ്ണു വെട്ടി വളം ചുമ്മി
തലയിലും കൈകളിലും
തഴമ്പായവരാണു ഞങ്ങൾ
എന്തമ്മേ ഞങ്ങൾ പാടും
പടപ്പാട്ടു കേൾപ്പതില്ലേ
കനിഞ്ഞു നീ കടാക്ഷിക്കാ-
നെന്തമ്മേ വൈകിടുന്നു.
ഇന്നൊക്കെ നിർത്താതെ
മഴനീളെ പെയ്യുന്നു
ചാളകളിൽ കൂരകളിൽ
കരയുന്ന കിടാത്തന്മാർ
ഒരു മണി അരിയില്ല
പുകയുന്നോരടുപ്പില്ല.
പുരയിലെൻ കിടാങ്ങൾ തൻ
കണ്ണുകളിൽ പുകകേറി
മകരത്തിൽ കനൽ പെയ്യും
കരകളിൽ വയൽകളിൽ
വിയർപ്പിനാൽ വളം ചേർത്തു
വിളയിച്ചു കതിർക്കൂട്ടം.
കനകത്തിൻ കതിർകൂട്ടിയ
കളമെല്ലാം കാലിയായി
അവയെല്ലാം തമ്പ്രാന്റെ
അറയ്ക്കുള്ളിൽ കുടുങ്ങിപ്പോയ്
അവയുടെ മുകളിലോ
അലറുന്നു പിശാചുക്കൾ
അടക്കുവാനാകാതെങ്ങൾ
നടുങ്ങുന്നു മടങ്ങുന്നു.
വഹിയമ്മെ സഹിക്കുവാൻ
വിശക്കുന്നു തളരുന്നു
ഉടുക്കു കൊട്ടിപ്പാടുമെന്റെ
പാട്ടെന്തേ കേൾക്കാത്തു
പണ്ടൊക്കെ പടുവൃദ്ധർ
പറഞ്ഞെങ്ങൾ കേട്ടുപോന്നു
വാളാൽ നീയധർമ്മത്തിൻ
തലകൊയ്ത പഴംകഥ

സഹിയാഞ്ഞിട്ടെങ്ങൾ വന്നു
പറകൊട്ടിപ്പാടുന്നു
കരയാനും കഴിയില്ല
കണ്ണീരും വറ്റിയല്ലോ
എന്തമ്മെ ഉണരാത്തൂ
കരവാളൊന്നെടുക്കാത്തൂ
കലിതുള്ളും പിശാചിന്റെ
കഥയൊന്നു കഴിക്കാത്തൂ.